தமிழர் ஆடற்கலை

பேரா. ம.செ. இரபிசிங்

மாநிலக் கல்லூரி, பனாரசு இந்து பல்கலைக் கழகம், பூண்டி புட்பம் கல்லூரி, சென்னைப் பல்கலைக் கழகம், தமிழ் இணையப் பல்கலைக் கழகம், எஸ்.ஆர்.எம். பல்கலைக் கழகம் முதலியவற்றில் பேராசிரியராகவும், வருகைதரு பேராசிரியராகவும் (Visiting Professor) பணியாற்றியவர். பின்னர், தமிழர்களின் பாரம்பரியச் சொத்தாகிய நடனத்தில் மிகுந்த ஈடுபாட்டுடன் ஆய்வுரைகளும், நடுவண் அரசின் தமிழ்ச் செம்மொழி நிறுவனத்தில் Performance of ancient Tamil Country- Special reference to Dance என்றத் தலைப்பில் ஈராண்டு ஆய்வுத் திட்டத்தையும் வழங்கியுள்ளார்.

இதுவரையிலும் தமிழிலும் ஆங்கிலத்திலும் 19 நூற்கள் வெளியிட்டுள்ளார். தமிழ் இணையத்தளம் பங்களிப்பும் பயன்பாடும் என்ற நூலுக்கு இணையத்தைப் பற்றி தமிழில் வெளிவந்த சிறந்த நூல் என்று 2011-ஆம் ஆண்டு தமிழக அரசினால் பரிசு வழங்கப்பட்டது.

ஆர். அகதா

பொறியியல் முதுகலை பட்டதாரி, கிரசண்ட் நிகர் நிலை பொறியியல் பல்கலைக் கழகத்தில் பணியாற்றுகிறார்.

பாரம்பரிய நடன ஆசானாகிய, கலைமாமணி, குற்றாலம் மு.செல்வம் ஆசான் அவர்களிடம், 10 ஆண்டுகளாக, நடனமும், நட்டுவாங்கமும் கற்று வருகிறார். அதோடு, தமிழர் ஆடற்கலையின் ஆழ அகலங்களையும், அதன் தொன்மையையும், ஆசான்வழி அறிந்து, அதைக் குறித்து எழுதியும் வருகிறார். ஆடல் கலைக்கு இசையின் தேவையைத் தெரிந்து, வாய்பாட்டும், வீணை இசையும் கற்று வருகிறார்.

தமிழர் ஆடற்கலை

ம.செ. இரபிசிங்

ஆர். அகதா

பாரதி
புத்தகாலயம்

Tamilar Aadarkalai (in Tamil)
M.J.Rabi Singh, R. Agatha
First Published: February, 2021
Published by
BHARATHI PUTHAKALAYAM
7, Elango Salai, Teynampet, Chennai - 600 018
Email: thamizhbooks@gmail.com / www.thamizhbooks.com

தமிழர் ஆடற்கலை

ம.செ.இரபிசிங், ஆர். அகதா

முதல் பதிப்பு: ஃபிப்ரவரி, 2021

வெளியீடு:

7, இளங்கோ சாலை, தேனாம்பேட்டை, சென்னை - 600 018
தொலைபேசி : 044-24332424, 24332924, 24356935

விற்பனை நிலையங்கள்
மதுரை: 37A, பெரியார் பேருந்து நிலையம் - 045 22324674
ஈரோடு: 39: 39 ஸ்டேட் பாங்க் சாலை - 9245448353
திண்டுக்கல்: பேருந்து நிலையம் - 9942331105, 9976053719
பழனி: பேருந்து நிலையம் அருகில் - 9442883696
திருப்பூர்: 447, அவினாசி சாலை - 9486105018
சேலம்: பாலம் 35, அத்வைத ஆஸ்ரமம் சாலை 0427 2335952
திருவல்லிக்கேணி: 48, தேரடி தெரு - 9444428358
வடபழனி: பேருந்து நிலையம் எதிரில் அடையார்
ஆனந்தபவன் மாடியில் - 9444476967
பெரம்பூர்: 52, கூக்ஸ் ரோடு - 9444373716
திருவாரூர்: 35, நேதாஜி சாலை - 9442540543
சேலம்: 15, வித்யாலயா சாலை சாலை
திருநெல்வேலி: 25A, ராஜேந்திரநகர் - 9442149981
அருப்புக்கோட்டை: 31, அகமுடையார் மஹால் - 9994173551
மதுரை: சர்வோதயா மெயின்ரோடு
குன்னூர்: N.K.N வணிக வளாகம் பெட்போர்ட்
செங்கல்பட்டு: 1 D ஜி.எஸ்.டி சாலை - 044 27426964
விருதுநகர்: 131, கச்சேரி சாலை - 0456 2245300
கும்பகோணம்: 352, ரயில் நிலையம் எதிரில் - 9443995061
வேலூர்: பேஸ் III, சத்துவாச்சாரி - 9442553893
நெய்வேலி: பேருந்து நிலையம் அருகில், - 9443659147
தஞ்சாவூர்: காந்திஜி வணிக வளாகம் காந்திஜி சாலை - 9655542400
கோவை: 77, மசக்காளிபாளையம் ரோடு, பீளமேடு - 8903707294
திருச்சி: வெண்மணி இல்லம், கரூர் புறவழிச்சாலை - 9994289492
திருவண்ணாமலை: முத்தம்மாள் நகர்
நாகர்கோவில்: 699 கே.பி.ரோடு R.V.புரம் - 9443450111
சிதம்பரம்: 22A / 18B தேரடி கடைத் தெரு,
கீழவீதி அருகில் - 9994399347
கரூர்: நாரத கானசபா அருகில் (TNGEA OFFICE) - 9442706676
காரைக்குடி : 12, 2 வது தெரு, கம்பன் மணிமண்டபம் பின்புறம் - 9443406150

நினைத்த நூல்கள்... நினைத்த நேரத்தில்...

thamizhbooks.com 8778073949

அச்சு : பிரிண்டெக், சென்னை - 600 005.

பொருளடக்கம்

அணிந்துரை

மரியாதைக்குரிய பேராசிரியர். திரு. ம.செ. இரபிசிங் அவர்கள் எழுதிய மரபு வழி "தமிழர் ஆடற்கலை" நூலைப் படித்தேன். மிக அற்புதமான கிடைத்ததற்கரிய தகவல்கள் பலவற்றை அறிய நேர்ந்தது. அதில், அவர் சங்க காலம் முதல் சோழர், பாண்டியர், தஞ்சை சரபோஜி மன்னன் காலம்வரை, தமிழர் ஆடற்கலையின் தொன்மைகளை, பல நூல்களைப் படித்து, ஆராய்ந்து, எளிய தமிழ்நடையில், ஆங்கிலத்தில் மேற்கோள்கள் காட்டியும் சிறப்பான முறையில் வடிவம் அமைத்துள்ளார்.

அவரது நூல் தொகுப்புப் பணி, மிகவும் பாராட்டுக்குரியது. இந்த, தமிழர் ஆடற்கலை ஆய்வு நூலில் அடிப்படைத் தொடக்கம் பயன்பாட்டில் எப்படி இருந்தது என்றும், அதற்காக அர்ப்பணித்த நாட்டியப் பேராசான்களைப் பற்றியும் தொடர்புடைய ஆய்வாளர் பலரின் குறிப்பாக, திரு.பி.எம்.சுந்தரம் போன்றோரின் நூல்களை ஆராய்ந்து, விளக்கமாக என்னைப் போன்ற நட்டுவனார் குடும்பத்தில் வந்தவர்களுக்கும் இன்றைய தலைமுறை நாட்டிய ஆசான்களுக்கும், இளங்கலை (பரதம்) முதுகலை, முனைவர் மற்றும் ஆராய்ச்சி பயிலும் மாணாக்கர்களுக்கும் அரிய பொக்கிசமாக இந்நூல் அமையும் என்பதில் அய்யமில்லை.

இந்த நூலை அரசு இசைப்பள்ளி, இசைக் கல்லூரிகள், பல்கலை கழகங்களில் பயின்று வரும் நாட்டிய மாணாக்கர்களின் பாடத்திட்டத்தில் துணை பாடமாக (இசை இயல்) அமையும் வகையில் அரசு ஆவணம் செய்ய வேண்டும் என்ற எனது பணிவான விருப்பத்தைத் தெரிவிப்பதுடன், இந்தத் தமிழர் ஆடற்கலை நூலில் பல அரிய பரதக்கலை தகவல்கள் ஒருங்கே அமைந்த ஆடற்கலை கருவூலத்தை எழுதிய நூலாசிரியர் பேராசிரியர் கெழுதகு நண்பர், திருவாளர். ம.செ. இரபிசிங் அவர்களுக்கும், என் மாணவி இணை ஆசிரியர் செல்வி. ஆர். அகதா அவர்களுக்கும், இந்நூலை அச்சிட்டு வெளியிட உதவிய பாரதி புத்தகாலயத்தாருக்கும் எனது நெஞ்சார்ந்த நன்றி கலந்த வணக்கத்தை உரித்தாக்கி மகிழ்கிறேன்.

இந்த, "தமிழர் ஆடற்கலை" நூலிற்கு அணிந்துரை வழங்கப் பணித்தமையை, நான் பெரும்பேறாகக் கருதுகிறேன். இந்த நூலை அய்யா அவர்களும் பதிப்பகத்தாரும் ஆங்கிலத்தில் மொழிபெயர்ப்புச் செய்து அயல்நாட்டவரும் நமது ஆடற்கலையின் வரலாற்றை அறியும் வகையில் வெளியிட வேண்டும் என்ற கோரிக்கையினை யான் பெற்ற இன்பம் இவ்வையகம் பெற வேண்டும் எனத் தெரிவித்து நிறைவு செய்கிறேன்.

வாழ்க! தங்கள் கலைப்பணி
வளர்க உங்கள் தமிழ் ஆய்வு

அன்புடன் குத்தாலம்
கலைமாமணி மு. செல்வம்

முகவுரை

பட்ட வகுப்பில் கணிதவியல் கற்ற நான், முதுகலையிலும் கணிதவியல் கற்று, கல்லூரியில் ஆசிரியராக வேண்டுமென்று, விரும்பினேன். ஆனால், மாணவப் பருவத்திலேயே, பேரறிஞர் அண்ணாவின் இனிமையும் கருத்தாழமும் சமூக உணர்வும், சீர்திருத்தக் கருத்துகளும் கொண்ட சொற்பொழிவுகளாலும் அவரது இலக்கியப் படைப்புகளாலும், பெரிதும் ஈர்க்கப்பட்டேன். எனவே, அவரைப்போல் பேச வேண்டும். எழுதவேண்டும் எனும் பேராவால், முதுகலையில் தமிழ் இலக்கியம் கற்றேன். பின்னர், சென்னைப் பல்கலைக் கழக, மலையாளத்துறையின் பேராசிரியரும் துறைத் தலைவருமான, டாக்டர். எஸ்.கே. நாயர் அவர்களிடம், முனைவர்பட்ட ஆய்வு மாணவனாகச் சேர்ந்தேன். கம்பராமாயணத்தை, மலையாள மொழியில் மொழி பெயர்த்தவரான பேராசிரியர் அவர்கள், நடனக் கலையில் மிகுந்த ஈடுபாடும் ஆற்றலும் உடையவர். கேரள, கலா மண்டலத்தில் நடனம் கற்றவர். நடன ஆசானாகவும் செயல்பட்டார். அவரோடுள்ள தொடர்பால், நடனம் பற்றி அறியவும் நடன நிகழ்ச்சிகளைப் பார்க்கும் வாய்ப்பும் ஏற்பட்டது. அதனால் அதில் ஓர் அறிமுகம் ஏற்பட்டது.

மாநிலக் கல்லூரியில் பணியாற்றிய பொழுது, அரசின் அயற்பணியில், *(On Deputation)* தஞ்சாவூர், பூண்டி, புட்பம் கல்லூரியில் முதுகலைப் பேராசிரியராகவும் துறைத் தலைவராகவும் பணியாற்றிய காலத்தில் கவின்கலைகளின், தலைநகரமாகத் திகழும் தஞ்சாவூரில் வாழ்ந்த நடனக் கலை வல்லுநர்களை, ஆசான்களை, குறிப்பாக நடனத்தைத் தம் பாரம்பரியச் சொத்தாகக் கருதி, அதனைப் போற்றிப் பாதுகாத்து வளர்த்துவரும் திரு. ஹேரம்பநாதன் போன்ற நடனக் கலைஞர்களை நேரில் சந்தித்து, தமிழர்களின் ஆடற்கலையாகிய நடனத்தின் அருமை, பெருமைகளையும், தொன்மையையும் தனித் தன்மையையும், தந்நிகரற்ற கலை என்பதையும் நன்கு அறிந்து கொண்டேன். அதன் பின்னர் நடனத்தின் மீது ஒரு பேரார்வமும் ஈடுபாடும் ஏற்பட்டது.

பல தலைமுறைகளாகப் பாரம்பரிய நடனக் கலைஞர் குடும்பத்தைச் சார்ந்தவரும், உலகளாவிய நிலையில் புகழ் பெற்று, பிரஞ்சு நாட்டு உயரிய செவாலியர் விருது பெற்ற ஆடற்கலை ஆசான், திரு. முத்துசாமிப்பிள்ளை அவர்களது மகன், இன்றையத் தலைமுறையில் சிறந்த ஆடற்கலை ஆசானாகத் திகழும், கலைமாமணி, குற்றாலம், மு. செல்வம் அவர்களிடம் என் மகள், ஆர். அகதாவை, நடனம் கற்பதற்கு அனுப்பினேன். 10 ஆண்டுகளாக, அப்பேராசானிடம் நடனம் கற்றுக் கொண்டிருக்கிறாள். என் மகளின் ஆசான் வாயிலாக ஆடற்கலையின் ஆழமும், அகலமும் பற்றி நன்கு அறிந்து கொள்ளும் நல்வாய்ப்பு, எனக்குக் கிட்டியது. என் மகளும் ஒரு பெரும் பாரம்பரிய ஆசானிடம் நடனம் கற்றுக் கொண்டதால், ஆடலின் அடிப்படைகள், தாளங்கள், அடவுகளின் இலக்கணம், நுணுக்கங்கள் உத்திகள் போன்றவற்றை நன்கறிந்தமை இந்நூலின் ஆக்கத்திற்குப் பெரும் பங்களிப்பை நல்கியுள்ளது.

தமிழர்களின் பாரம்பரியச் சொத்தாகிய நடனம், பரத முனிவரின் நாட்டியச் சாத்திரத்திலிருந்துதான் வந்தது என்றும், தமிழர் நடனத்திற்கு உண்மைத் தன்மை இல்லையென்றும், பொய்யான-தவறான செய்திகள் பரப்பப்பட்டு வருகின்றன.

சமஸ்கிருதத்திலிருந்துதான் தமிழ்மொழி உருவானது என்றும் தமிழின் தாய்மொழி சமஸ்கிருதமே என்றும் நூல் எழுதிய ஆர். நாகசாமி, நடனம் கற்றுக் கொடுக்கும் பத்மா சுப்பிரமணியம், திறனாய்வாளர் வே. இராகவன் முதலியோர், உலகப் புகழ் பெற்ற பாலே (Bellet) நடனத்திற்கு இணையாகக் கோலோச்சி நிற்கும் தமிழர் ஆடற்கலைக்குக் களங்கம் கற்பிக்கும் வகையில் பிரச்சாரம் செய்து வருகின்றனர்.

மேலும், பரத முனிவரின் நாட்டியச் சாத்திரத்தைப் பின்பற்றியே இளங்கோவடிகள் அரங்கேற்று காதையை எழுதியுள்ளார் என்ற அளவுக்குப் பொய்ப்பிரச்சாரம் செய்து வருகின்றனர். இவர்கள் கூறுவது, செல்லம்மாளின் "சமைத்துப்பார்" எனும் நூலைப் படித்த பின்னரே, தமிழர்கள், சமைக்கக் கற்றுக் கொண்டார்கள், சமைக்கத் தொடங்கியுள்ளனர் என்று கூறுவதுபோலுள்ளது.

மேற்குறிப்பிட்டவர்களின் தவறான பொய்யுரைக்குச் சான்றுகளுடன் மறுப்புத் தெரிவிக்கும் வகையில், நடுவண் அரசின், செம்மொழி ஆய்வு நிறுவனத்தில் "Performing arts *in ancient Tamil Country-Special reference to Dance*" என்ற தலைப்பில் இரண்டாண்டு ஆய்வுத் திட்டம் (Research project) ஒன்று எழுதியுள்ளேன். இதில், தொல்காப்பியத்தில் தொடங்கி, கூத்த நூல், பஞ்ச மரபு பரத சேனாபதியம் முதலிய நாட்டியம் பற்றிய இலக்கண நூல்கள், சிலப்பதிகார உரையாசிரியர்களின் உரைகள் முதலியவற்றில் இடம் பெற்றுள்ள, சான்றுகளைக் குறிப்பிட்டு ஆடற்கரை தமிழர்களின் பழம்பெரும் சொத்து என்று நிறுவியுள்ளேன்.

அண்மையில் "தி- இந்து" தமிழ் நாளிதழில், தமிழர் ஆடற்கலை ஆசான்கள் எனும் தலைப்பில் தஞ்சை பாலசரசுவதி, தஞ்சை நால்வர்கள் என்று அழைக்கப்படும் சின்னையா, பொன்னையா, சிவானந்தம், வடிவேல் முதலியோர் தமிழர் ஆடற்கலையை எவ்வாறு பாதுகாத்து வளர்த்தனர் என்பது பற்றி, ஒரு கட்டுரை எழுதினேன் அதனைப் படித்த நண்பர்கள், தமிழர் ஆடற்கலையைப் பற்றி ஒரு நூல் எழுதும்படி வேண்டினர். அதன் விளைவே இந்நூல்.

அணிந்துரை வழங்கிய, கலைமாமணி குற்றாலம் திரு. மு. செல்வம் ஆசான் அவர்களுக்கும் உளங்கனிந்த நன்றியைத் தெரிவித்துக் கொள்கிறோம்.

பதிப்புத்துறையில், தரமான நூற்களை வெளியிட்டு, தனக்கென ஒரு தனி முத்திரையைப் பதித்துத் திகழ்வது, பாரதி புத்தகாலயம், அண்மையில், இசைக்குயில் "எம்.எஸ்.சுப்புலட்சுமியின் வாழ்க்கை வரலாறு" எனும் அரிய நூலை தமிழாக்கம் செய்து வெளியிட்டுள்ளனர். இத்தகைய நுண் கலைகளுக்கும், கலைஞர்களுக்கும் சிறப்பு செய்யும் பதிப்பகம் வாயிலாக, தமிழர் ஆடற்கலை என்ற தலைப்பில் எங்கள் நூலை வெளியிடுவதை ஒரு பொருத்தமாகவும் பெருமையாகவும் கருதுகிறோம். எனவே, பாரதி புத்தகாலயத்திற்கு, முதற்கண் எங்கள் நன்றியைத் தெரிவித்துக் கொள்கிறோம். குறிப்பாக, இந்நூல் வெளிவருவதற்கான ஆக்கப் பூருவமான பணிகளையும் முயற்சிகளையும் உரிய முறையில் செய்து, இந்நூல் உருவாவதற்குப் பெருங்காரணமான, பதிப்பாசிரியர், திரு.ப.கு. இராசன் அவர்களுக்கு, மனமுவந்த நன்றியைத் தெரிவித்துக் கொள்கிறோம்.

நடனக் கலையில் எங்களுக்குள்ள ஆர்வத்தை அறிந்து, எங்களுக்கு நடனம் தொடர்பான பல தகவல்களையும் கருத்துகளையும் வழங்கி, ஊக்குவித்தவர்களில் குறிப்பிடத்தக்கவர்கள், கிறித்தவச் சமயப் போதகர்களாக இருந்தாலும், தமிழ் இலக்கியத்திலும், கவின் கலைகளிலும் ஈடுபாடு கொண்டு செயல்பட்டு வரும் அருட்திரு. ஆனந்த அமல்தாசு அடிகளார் அவர்களுக்கும் அருட்திரு. மைக்கேல் அமலதாஸ் அவர்களுக்கும் எங்கள் மனமார்ந்த நன்றியைத் தெரிவித்துக் கொள்கிறோம்.

இந்நூல், பாரதி புத்தகாலயம் வாயிலாக வெளிவருதற்குரிய காரணமானவர் தமிழக அரசின் மருத்துவத்துறை மேனாள் இயக்குநர், டாக்டர். ரெக்ஸ் சற்குணம் அவர்கள், அவருக்கும் அன்புடன் எங்கள் நன்றியைத் தெரிவித்துக் கொள்கிறோம்.

ம.செ.இரபிசிங்

ஆர். அகதா.

1. முன்னுரை

உலக வரலாற்றில் பண்பட்டத் தொன்மையான நாகரிகங்கள், உலகின் பல பகுதிகளில் வேறுபட்டக்காலங்களில் சிறப்புற்றுத் திகழுந்திருக்கின்றன. எகிப்து நாகரிகம், மெசப்பெட்டோனியன் நாகரிகம், சீன நாகரிகம், கிரேட்டன் நாகரிகம், சிந்துசமவெளி நாகரிகம் முதலியன பல்வேறு வகையில் தொன்மையான நாகரிகக் கொடையை உலகிற்கு வழங்கியுள்ளன. எந்த ஒரு சிறப்பு மிகுந்த நாகரிகமும் பண்பாட்டு வளர்ச்சியில்லாமல் முழுமை அடையாது. பண்பாட்டின் வளர்ச்சியையும் சிறப்பினையும் அடிப்படையாகக்கொண்டே நாகரிகத்தின் சிறப்பும் மதிப்பிடப்படுகிறது. பண்பாட்டின் வெளிப்பாடே - பங்களிப்பே, அப்பண்பாட்டிற்குரிய மக்களால் போற்றிப் பாதுகாக்கப்பட்டக் கலைகள் குறிப்பாகக் கவின்கலைகள். அவை, ஒரு குறிப்பிட்டப் பண்பாட்டின் கூறுகளாக இன்றும் விளங்குகின்றன.

எகிப்திய பிரமிட்டின் மகளிரின் நடனக் காட்சிகள், கரப்பா மகளிரின் நடனக் காட்சிகள், இசுலேயரின், சுமேரியரின் இசைக்கருவிகள் ஆகியவை அவரவர் பண்பாட்டின் உயர்ந்த நிலைக்கு எடுத்துகாட்டாய்த் திகழ்கின்றன. பண்டையத் தமிழர்களின் நாகரிகச் சிறப்பிற்கும் பண்பாட்டுப் பெருமைக்கும் உரைகல்லாய்த் திகழ்பவை, அவர்களால் போற்றிப்பாதுகாத்து வளர்க்கப்பட்டக் கவின்கலைகள், குறிப்பாக நடனமும் இசையும்.

நடனம் ஒரு மதிப்புறு கலையாக, மக்களிடையே ஒரு செல்வாக்கு மிகுந்த கலையாகத் திகழ்ந்துள்ளமைக்கு, வியத்தகு வகையில், இலக்கியங்கள், இலக்கணங்கள் அகழ்வாராய்ச்சிகள், தொன்மை ஆவணங்கள் சான்று பகர்கின்றன.

2. தமிழர் நடனத்தின் தொன்மை

மோகஞ்சாதாரா, கரப்பா நகரங்களில் அகழ்வாராய்ச்சியின் வாயிலாகக் கிடைத்தச் சான்றுகள், சிந்துவெளி நாகரிகம் திராவிட நாகரிகம், என்றும் அங்குப் பேசப்பட்ட மொழி திராவிட மொழி என்றும், சிந்துவெளி அகழ்வாராய்ச்சியில் ஈடுபட்ட தொல்லியல் அறிஞர்கள் கருதுகின்றனர். குறிப்பாக அஸ்கோபற்போலோ (நூல்:*Deciphering Indus Script*), சர் ஜான் மார்சல் (நூல்:*Mohanjadaro and the Indus civilization*). ஐராவதம் மகாதேவன் (*source: The Indus non-script is a non issue, the Hindu may-3 2009*), டி. எஸ். சுப்பிரமணியன் (*source: "From Indus Valley to coasted Tamil Nadu". The Hindu, May-2008*). ஆகியோர், அவர்களுக்குக் கிடைத்த அகழாய்வுச் சான்றுகாளாகக் குறிப்பிடுகின்றனர். மேலும், கரப்பாவிலிருந்து, 1926-ஆம் ஆண்டு கண்டெடுக்கப்பட்ட நடனமாதின் வெங்கலச் சிலையின் தோற்றம், மெய்ப்பாட்டு உணர்வு வெளிப்பாடுகள், ஆகியவை, பண்டையத் தமிழர்களின் நடனமாதரின் தோற்றத்தோடு ஒத்திருப்பதாகக் கருதுகின்றனர். எனவே, தமிழரின் நடனக் கலையின் காலம் சிந்துவெளி நாகரிகக் காலம் என்று கருதுகின்றனர்.

இயல், இசை, நாடகம் எனும் மூன்று கூறுகளையும் தன்னகத்தே கொண்டுள்ளமையால் "முத்தமிழ்" என்றும் அழைக்கப்படும் பெருமைக்குரியத் தமிழ் மொழியில், கவின் கலைகள் மிகவும் சிறப்புற்றிருந்தமைக்கு , அடிப்படைச் சான்றுகள் பல உள்ளன. குறிப்பாக, நடனம் பற்றியச் சான்றுகள் உலகளாவிய நிலையில், தமிழர்களின் நடனம் எத்தகையத் தொன்மை வாய்ந்தது, தனித்தன்மை வாயந்தது, உயர்வானது என்பதை நிரூபிக்கின்றன.

எந்த ஒரு மொழியிலும் மொழிவளம் அடைந்த பின்னரே அகராதி தோன்றும். அதேபோல்தான், பண்பாட்டுக் கூறுகளான கலைகளும், குறிப்பாகக் கவின் கலைகளும், படிப்படியான வளர்ச்சி - முழுவளர்ச்சி பெற்ற பின்னரே, அவை பற்றிய நூற்கள், இலக்கணங்கள் தோன்ற இயலும். தமிழர்களின் கவின் கலைகளும் அதற்கு விதிவிலக்கல்ல. கவின் கலைகளில் ஒன்றான

நடனம் பற்றிய வரலாறும், தொன்று தொட்டு தமிழர்கள், எந்த வகையில் அதைப் பேணிப் பாதுகாத்துப் படிப்படியாக வளர்த்து, இன்று தரணி போற்றும் ஒரு தொன்மையும் தனித்தன்மையும் வாய்ந்த கலையாக மிளிரச் செய்தனர் என்பதை, அதைப் பற்றிய சான்றுகள் வாயிலாக அறிந்துகொள்ளலாம். எனவே, தமிழர்களின் நடனம்பற்றிய இலக்கணநூல்கள் தோன்றுவதற்கு முன்னரே, நடனம் முழுவளர்ச்சியைப் பெற்றிருக்கும் என்பதில் எந்த ஐயமுமில்லை. நடனம் பற்றிய செய்திகளைத் தருகின்ற மூலநூலாகக் கிடைத்திருப்பது, தமிழ் இலக்கண நூலாகியத் தொல்காப்பியம்.

3. தொல்காப்பியமும் நடனமும்

'தொல்காப்பியம் தமிழ் இலக்கணம், இலக்கியம், கவின்கலைகள், ஆகியவைப்பற்றி முறையாக நெறிப்படுத்தி, வரையறை செய்த ஒரு கருவூலம்' என்று குறிப்பிடுகிறார் அருட்திரு. தனிநாயகம் அடிகளார் அவர்கள்.

(சேவியர் தனிநாயகம், செல்வ விநாயகம் நினைவுச் சொற்பொழிவு, ப-3).

மேனாட்டுத் தமிழ் அறிஞர் கமில் சுவலபல் கருத்தின்படி, தொல்காப்பியர் காலத்திற்கு முன்னரே வளம் பெற்றிருந்த, ஆரியருக்கு முன்னரே இந்திய நாகரிக்கத்தை வெளிப்படுத்துகின்ற, தமிழ்ப்பண்பாட்டைக் குறிப்பபாகத் தமிழர்களின் கவின் கலைகளின் சிறப்பை வெளிப்படுத்துகின்ற ஒரு கருவூலம் தொல்காப்பியம்.

(The Smile of Murugan on the literature of The South India. Page.14).

நடனத்தின் தொன்மையினையும், வளர்ச்சி பெற்றிருந்த நிலையினையும் தெரிந்து கொள்வதற்குரிய அடிப்படைச் சான்றுகளைத் தொல்காப்பியம் வெளிப்படுத்துகிறது. நடனம் ஆடுபவர்கள், "கூத்தர்", "பொருநர்", "விறலியர்" என்ற பெயரில் அழைக்கப்பட்டனர் என்பதைத் தொல்காப்பியம் (தொல்.செய். 1008) குறிப்பிடுகின்றது. நடனம் ஆடுபவர்கள், பல பெயர்களில் அழைக்கப்பட்டிருந்தமை, நடனமும், நடனம் ஆடுபவர்களும் அக்கால மக்களிடத்தில் பெற்றிருந்த செல்வாக்கை வெளிப்படுத்துகிறது.

தொல்காப்பியத்தில் வாளமாலை, கழல்நிலை, வாடாவள்ளி, வெறியாடல் முதலிய ஆடல்கள் குறிக்கப்பட்டுள்ளன.

(செல்வகணபதி, ப.44)

தேரின் முன்னால் ஆடும் நடனம், 'குரவைக்கூத்து' என்று அழைக்கப்பட்டதாகத் தொல்காப்பியம் குறிக்கப்படுகின்றது.

'தேரோர் தோற்றிய வென்றியும்,
தேரோர் வென்ற கோமான் முன்தேர்க் குரவையும்
ஒன்றிய மரபின் பின் தேர்க்குரவையும்'.

(புறத்தினண . சூத்திரம்.1022)

மேலும், புறத்திணையில், நடனம் ஆடும் நிகழ்ச்சிகள் பற்றிய குறிப்புகள் இடம் பெற்றுள்ளன.

உண்டாட்டு	–	பசுகவர்தல்
கரந்தைத்திணை	–	வேல்வெறியாட்டம்
வாகைத்திணை	–	வெற்றிபெற்ற மன்னனின் தேரின் முன் ஆடுதல்
பாடாண்திணை	–	பொருள் பெற்றக் கூத்தரும் விறலியரும் ஆடுதல்
களவியல்	–	வெறியாடலில் ஆடுதல்

தொல்காப்பிய மெய்ப்பாட்டியலில், நடனத்திலுள்ள மெய்ப்பாடு , அதாவது உடலின் உணர்ச்சி வெளிப்பாடுகள் விரிவாகக் கூறப்பட்டுள்ளது. நடனத்தில் பயன்படுத்தும், நகை, அழுகை, இளிவரல், மருட்கை, அச்சம், பெருமிதம், வெகுளி, உவகை எனும் எட்டு மெய்பாடுகளைச் குறிப்பிடுகிறது.

நகையே அழுகை இளிவரல் மருட்கை
அச்சம் பெருமிதம் வெகுளி உவகை எனும்
அப்பால் எட்டே மெய்ப்பாடு என்ப.

(தொல் மெய். சூத்திரம் 1197)

மேலும், ஒவ்வொரு மெய்ப்பாட்டிற்குமுரிய மூன்றுவகையான நுண் உணர்வுகளையும் கூறுகிறது. இவற்றிலிருந்து அக்காலத்தில் 24 வகையான மெய்ப்பாடுகள், அவை தோன்றும் களங்கள், சார்புடைய மெய்ப்பாடுகளை, களவுகால, கற்புக்கால மெய்ப்பாடுகள், காட்டக்கூடாத மெய்ப்பாடுகள் என்று வகுத்தும் தொகுத்தும் தொல்காப்பியம் கூறுகின்றது.

'தொல்காப்பியம் கூறிய மெய்ப்பாடுகளை இன்றும் நடனம் முழுமையாக ஏற்றுக்கொள்கிறது' எனத் தமிழர் நடனக்கலைபற்றி ஆய்வு செய்த பேராசிரியர் இரகுராமன் குறிப்பிடுகிறார்.

(தமிழர் நடன வரலாறு. ப.9)

இன்றைக்கு, நாடகத்திற்குப் பயன்படுத்தக்கூடிய 'கூத்து' என்ற சொல், நடனத்திற்கும் பயன்படுத்தப்பட்டது. வள்ளிக்கூத்து, களநிலைக்கூத்து என இருவகைக் கூத்தைக் குறிப்பிடுகின்றது. அது, வேலன் வெறியாடலையும் குறிப்பிடுகின்றது.

'வெறியறி சிறப்பின் வெவ்வாய் வேலன்
வெறியாட்டு அயர்ந்த காந்தளும்'

(தொல். புறத்திணையியல். சூத்திரம் . 1006)

தொல்காப்பியர் வாழ்ந்தகாலத்தில், ஆடுதல், கள்ளுண்டு ஆடுதல், வெறியாடுதல், கூத்தாடுதல் என்ற பலவகை ஆடுதல் இருந்தமையை அறிய முடிகிறது. உண்டாட்டு, புறத்திணை வெறியாட்டு, அகத்திணை வெறியாட்டு என நடனத்தின் பலவகை ஆடல்களைத் தொல்காப்பியம் குறிப்பிடுகிறது.

நடனம் ஆடுபவள், மன்னனிடமிருந்து பரிசு பெற்றமையைத் தொல்காப்பியம் குறிப்பிடுகிறது.

'கூத்தரும் பாணரும் பொருநரும் விறலியும்
ஆற்றிடைக் காட்சி உறழத் தோன்றிப்
பெற்றப் பெருவளம் பெறார்க்கு அறிவுறீஇ
சென்று பயன் எதிரச் சொன்ன பக்கமும்

(தொல். புறத்திணைச் சூத்திரம். 1037)

மேலும்

தேரோர் தோற்றிய வென்றியும் தேரோர்
வென்ற கோமான் முன்தேர்க் குரவையும்
ஒன்றிய மரபின் பின் தேர்க் குரவையும்

(தொல். புறத்திணைச் சூத்திரம்.1022)

தேரின் முன்னாலும் பின்னாலும் ஆடும் கூத்தைக் குரவைக் கூத்து என்று தொல்காப்பியர் குறிப்பிடுகிறார்.

தொன்மைக்கால நடனத்தைப் பற்றிய பல்வேறு செய்திகளைத் தொல்காப்பியம் குறிப்பிடுகிறது. மேலும், என்ப, மொழிப, என்மனார் புலவர் என்று தொல்காப்பியர் குறிப்பிடுவதிலிருந்து அவர்காலத்திற்கு முன்னரே, நடனம் பற்றிய செய்திகள் பலரால் சொல்லப்பட்டுள்ளன என்பது புலனாகுகின்றது. தமிழில் முதலாவது கிடைத்த இலக்கண நூலாகிய தொல்காப்பியத்தில் நடனத்தைப் பற்றிய பல செய்திகளும், நுணுக்கங்களும், வகைகளும் கூறப்பட்டால், அவர் காலத்திற்கு முன்னரே, தமிழகத்தில் நடனம் மிகவும் உயர்ந்த நிலையில் இருந்ததை உணர முடியும்.

4. நடனம் பற்றியப் பிற இலக்கண நூல்கள்

தொல்காப்பியத்திற்கு அடுத்த நிலையில், நடனத்தைப்பற்றிய செய்திகளை வழங்கும் இலக்கண நூல்களாகக் கிடைத்துள்ளவை, சாத்தனார் என்பவரால் எழுதப்பட்ட, இலக்கண நூலாகிய கூத்த நூலும், அறிவனார் என்பவரால் எழுதப்பட்ட பஞ்சமரபும், ஆதிவாயிலார் என்பவரால் எழுதப்பட்ட பரதசேனாதிபதியம் எனும் நூலும் ஆகும்.

கூத்த நூல்

நூலின் பெயரே, அது நடனம் பற்றிய ஒரு நூல் என்று குறிப்பிடுகின்றது. சிலப்பதிகாரத்திற்கு உரை எழுதிய அடியார்க்கு நல்லாரும், சீவகச் சிந்தாமணிக்கு உரை எழுதிய நச்சினார்க்கு இனியாரும் கூத்தநூலை நடனம் பற்றிய நூலாகவே குறிப்பிடுகின்றனர்.

கூத்த நூலின் பாயிரத்தில், அவர் காலத்திற்கு முன்னரே வழக்கிலிருந்ததாகவும், அகத்தியன் இயற்றிய அகத்தியம் முதல்நூல் என்றும் தாம் எழுதிய கூத்தநூல் ஒரு வழி நூல் என்றும் கூறுகின்றார்.

அகத்தியன் இயற்றிய அகத்திய முதல் நூல்...

'தாளம் தண்ணும்மை ஆடல் மூவோத்தும்
வழிநூல் அவற்றின் வழிவகை வகுத்துக்
கூத்தின் விளக்கம் கூறுபவன் யானே'

(கூத்த நூல்.ப.4)

கூத்த நூலில், சுவை, தொகை எனும் இரு பிரிவுகள் உள்ளன. கூத்து நூல் என்பது, நடனம் பற்றிய ஒரு தொகுப்பு என்கிறார் சாத்தனார் . சுவையில் 153 சூத்திரங்களும், தொகையில் 162 சூத்திரங்களும் இடம் பெற்றுள்ளன. அவை, நடனத்தைப்பற்றியும், நடனத்திற்குத் தொடர்புடைய இசையைப்பற்றியும் குறிப்பிடுகின்றன. மேலும், இந்நூலில் நடனத்தைப்பற்றியே, சுவைநூல், தொகைநூல், வரிநூல், கலைநூல், கருணநூல், தாள நூல், இசைநூல், அவைநூல், காண்நூல் என 9 நூற்களாகப் பகுக்கப்பட்டுள்ளன.

நடனத்தின் பல்வேறு வகைகளையும் நடனத்தின் இலக்கண மரபுகளையும் கூறும் தொன்மையான இலக்கண நூல் கூத்த நூல். இதன் வாயிலாகத் தொல் தமிழகத்தின் நடனம் எவ்வாறு சிறப்புற்று மிளிர்ந்தது என்பதை அறிய முடிகிறது.

பஞ்சமரபு

பஞ்சமரபும், நடனத்தின் தொன்மைச் சிறப்பையும் தமிழ்ச்சமூகத்தில் நடனம் பெற்றிருந்தச் செல்வாக்கையுப் எடுத்தியம்பும் ஓர் இலக்கண நூல். இது, நடனத்தின் ஐந்து உறுப்புகளைக் கூறுகிறது.

'இசையும் முழவும் தாளமும் கூத்தும்

அசைவில் அவிநயமும் அஞ்சு உறுப்பாகும்'

(பாயிரம்)

என, அதன் பாயிரத்தில் குறிப்பிடுகின்றது. மேலும், நடனத்தைத் தேசி, வடுகு, சிங்களம் என்று மூன்றுப் பிரிவாகப் பிரித்துக் குறிப்பிடுகின்றது.

'இம்மூன்று விதமான கூத்தினுக்குக் கால், கைகள்

செயற்பாடுகள் தனித்தனியாய் வகுத்துக் கூறுகின்றது.

(தமிழ் நடன வரலாறு பக்.17)

பஞ்சமரபு, நடன அரங்கம் பற்றியும், நடனம் ஆடுபவர்க்குரிய இலக்கணத்தையும் குறிப்பிடுகின்றது. நடனம் தொடர்பாக, இரண்டைக் குறிப்பிடுகின்றது. நிருத்த மரபில், தாண்டவம், நிருத்தம், நாட்டியம், குரவை, வரி, கோலம், வகைக்கூத்து என்ற பிரிவுகளையும் கூறுகிறது.

மேலும், "பஞ்சமரபு தாண்டவத்தைச் சிறப்புடன் கூறுகின்றது. தாண்டவத்தைப் பதினாறு என்று பகுத்து, அப்பதினாறு தாண்டவங்களுக்குத் தனித்தனி பெயரும் அத்தாண்டவம் நிகழ்த்தப்பட்டதன் காரணமும் நடனத்துக்குரிய சொற்கட்டும் பஞ்சமரபு தந்துள்ளது."

(செ. இரகுராமன், தமிழர் நடன வரலாறு. ப. 15-16)

பஞ்சமரபு தாண்டவத்தைப்பற்றியே அதிகமாகக் கூறுகின்றது. பஞ்சமரபு தாண்டவத்தின் 16 பிரிவுகளையும் அவை பற்றிய விளக்கங்களையும் விரிவாகக் குறிப்பிடுகின்றது.

எனவே, பஞ்சமரபு எனும் நாட்டியம் பற்றிய இலக்கண நூலும் பண்டையத் தமிழர்களின் நடனக்கலை சிறப்புற்றிருந்தமைக்குரிய சான்றுகளைத் தருகின்றது.

பரதசேனாதிபதியம்

பரதசேனாதிபதியம் பற்றி உரையாசாரியர்கள் அடியார்க்கு நல்லாரும், நச்சினார்க்கு இனியரும் தம் உரைகளில், குறிப்பிடுகின்றனர். இதுவும் தமிழர் நடனம் பற்றிய ஓர் இலக்கண நூல். இது, தாண்டவம் பற்றியும், தாண்டவத்தின் 12 வகைகளையும் விரிவாகக் குறிப்பிடுகின்றது. இவ்விலக்கண நூலும், தமிழர்களின் நடனக்கலையின் வரலாற்றிற்கு அணி சேர்க்கின்றது.

கூத்தநூல், பஞ்சமரபு, பரதசேனாதிபதியம் ஆகிய மூன்று இலக்கண நூல்களும் தரும் செய்திகளின் வாயிலாகப் பண்டையத் தமிழர்கள் நடனத்தில் எத்தகைய ஈடுபாடுடையவர்களாகவும், வல்லுநர்களாகவும் திகழ்ந்துள்ளனர் என்பதை அறியமுடிகிறது.

5. சங்க காலம்

தமிழர்களின் பொற்காலமாகக் கருதப்படும் சங்க காலத்து இலக்கியங்கள், அக்காலத்துத் தமிழ்ப் பண்பாடு, சமூகம், பொருளாதாரம் ஆகியவற்றை வெளிப்படுத்தும் ஆவணங்களாகத் திகழ்கின்றன. தமிழர் மரபில் கவின்கலைகளுக்குச் சங்க இலக்கியங்களின் பங்களிப்பு தந்நிகரற்றது. அதிலும், நடனமும் இசையும் இணைந்து சிறப்புற்றிருந்தமைக்கு எட்டுத் தொகையும் பத்துப் பாட்டும் ஏராளமானச் சான்றுகளைத் தருகின்றன. இலக்கியங்களில் இடம் பெற்றுள்ள 'பாணர்', 'பொருநர்', 'கூத்தர்', 'பாடினி', 'விறலியர்' என்ற சொற்கள் நடனமும் இசையும் பெற்றிருந்த செல்வாக்கை நிரூபிக்கின்றன,

> சங்க இலக்கியங்களில் காணப்படும் நடனம் குரவை, துணங்கை, வெறியாடல் எனும் மூன்றின் பகுதிகளாகவே உள்ளன

(தமிழர் நடன வரலாறு : ப.36)

இவற்றுள் துணங்கைக் கூத்து மிகவும் சிறப்புடன் திகழ்ந்தமைக்குப் பதிற்றுப் பத்துச் சான்று பல தருகின்றது. துணங்கைக் கூத்தைப் பற்றிய முழு விவரத்தையும் பதிற்றுப்பத்து (பாடல் 143) வாயிலாக அறிய முடிகிறது. மேலும் குறுந்தொகை நற்றிணை, மதுரைக்காஞ்சி, பெரும்பாணாற்றுப் படை, அகநானூறு ஆகியவையும் சான்றுகள் தருகின்றன.

'துணங்கை' என்பது கைகளை முன்னும்பின்னுமாக வளைத்து துள்ளி ஆடுவது என்பர். துள்ளலிலிருந்து துணங்கை உருவானது.

துள்ளல் > துணங்கு> துணங்கை

இதைப் பற்றிய முழுச் செய்திகளையும் பதிற்றுப் பத்து (பா.143) விரிவாகக் கூறுகிறது. மேலும், துணங்கைக் கூத்தைப் பற்றிப் பல மேற்கோள்கள் சங்க இலக்கியங்களில் காணப்படுகின்றன.

மகளீர் தழீ துணங்கை (குறுந்தொகை : 312)

எவ்வளை மகளிர் துணங்கை (குறுந்தொகை : 364)

தமர்பாடும் துணங்கை (நற்றிணை : 50)

கலிகெழு துணங்கை ஆடியமருங்கின் (பதிற்றுப்பத்து 13)

குழா இமிழ் துணங்கை (பதிற்றுப்பத்து 52)

இணை யொலியிமிழ் துணங்கை (மதுரைக் காஞ்சி 25)

கணங்கொள் சுற்றமொடு கைபுணந்தாடும்

துணங்கையம் பூதம் துகிலுந் தவைபோல்

(பெரும்பாணாற்றுப் படை 234-235)

முழவு இமிழ் துணங்கை தூங்கும் விழவின் (அகம்: 336: 16)

மேலும், நடனக் கலையில் சிறப்புடன் திகழ்ந்த ஒன்று குரவைக் கூத்து. இதைப்பற்றி, நற்றிணை *(276:107)*, கலித்தொகை *(39 : 28-29)*, மதுரைக் காஞ்சி *(613-615)*, பதிற்றுப்பத்து *(40:12-13)*, ஐங்குறு நூறு *(181 : 2-3)*, அகநானூறு *(20:7-8)*, புறநானூறு *(369 : 9)*, முதலியவை குறிப்பிடுகின்றன.

'குரவை என்பது எழுவரோ, எண்மரோ அல்லது

பதின்மரோ கூடி நின்று ஆடுவது.

(தமிழர் நடன வரலாறு ப.36)

ஆடவர் இன்றி மகளிர் மட்டுமே பங்கு பெற்று ஆடிய குரவைக் கூத்தினைச் சங்கப் பாடல்கள், அகநானூறு *(20, 269, 339)* பதிற்றுப்பத்து *(737)* மதுரைக் காஞ்சி *(97)* ஆகியவை குறிப்பிடுகின்றன.

ஆடவர் குழு மட்டுமே ஆடிய குரவை சங்க காலத்தில் மகளிர் குழுவினர் தனித்துக் கூடியாடும் ஆட்டமாக மாறியது

என்று ஷாஜகான் குறிப்பிடுகிறார்.

(அரங்கேற்றுக் காதை ஆராய்ச்சி ப. 107)

குறிஞ்சி, முல்லை, மருதம், நெய்தல், பாலை எனும் ஐந்து நிலங்களிலும் குரவைக்கூத்து ஆடப்பட்டது. அவற்றைக் குறிஞ்சிநிலக் குரவை, முல்லைத் திணைக் குரவை, மருதம்

நிலக் குரவை, நெய்தல் நிலக் குரவை, பாலை நிலக் குரவை என அழைத்தனர். இவற்றிலிருந்து குரவைக் கூத்து, சங்க காலத்தில் ஐந்து நில மக்களிடையே மிகவும் செல்வாக்குப் பெற்ற நடனக்கலையாகத் திகழ்ந்திருக்கிறது என்பது புலப்படும்.

அகத்திணையிலும், புறத்திணையிலும் சிறப்புற்றுத் திகழ்ந்த ஒன்று, 'வெறியாட்டு'. புறத்திணையில் போரின் வெற்றியைக் கொண்டாடும் ஒரு நிகழ்ச்சியாக வெறியாட்டு எனும் நடனம் இடம் பெற்றுள்ளது. இதைப் பற்றியச் செய்திகள், புறநானூறு *(366 : 27*, மதுரைக் காஞ்சி *(284)*, பரிபாடல் *(9742-44)*, ஆகியவற்றில் இடம்பெற்றுள்ளன. இதில், ஆண்களும் பெண்களும் தனித்தனியாகக் கலந்து கொண்டுள்ளனர். பெண்கள், அகத்திணை வெறியாடலில் கலந்து கொண்டதாக, ஐங்குறுநூறு *(241 : 1-4)*, குறுந்தொகை *(53 : 3 4)*, நற்றிணை *(34 : 7-11)*, அகநானூறு *(22 : 6-11)*, ஆகியவை குறிப்பிடுகின்றன. அகத்திணை வெறியாடலில் கலந்துகொண்டு ஆடும் பெண்கள் ' ஆடுமகள்' என்று அழைக்கப்பட்டனர்.

> பெண்கள் ஆடிய வெறியாட்டினைச் சங்க இலக்கியங்களில் காண இயலுகிறது. வெறியாட்டினைச் செய்யும் பெண் 'ஆடுமகள்' என்று அழைக்கப்பட்டாள். வெறியாடும் பெண்கள் கணிக்காதி, சாலினி, தேவராட்டி என்று பல பெயர்களில் அழைக்கும் வழக்கம் சங்ககாலத்தில் இருந்து வந்துள்ளது

(தமிழர் நடன வரலாறு ப.42)

அகத்திணை வெறியாடலில் ஆண்களும் கலந்து கொண்டனர் என்பதனை, ஐங்குறுநூறு *(241 ; 1-4)*, குறுந்தொகை *(53 : 3-4)*, நற்றிணை *(34 : 7-11)*, அகநானூறு *(22:6-11)* ஆகிய சங்க இலக்கிய நூல்கள் குறிப்பிடுகின்றன.

> பாணர்களுடன் சேர்ந்து விறலியர் நடனமாடியுள்ளனர். இதற்குப் புறநானூறு பல சான்றுகளைத் தருகின்றது. மன்னனின் வீரத்தைப் பாணன் பாட, அவன் குழுவிலுள்ள விறலியர் நடனமாடினர்

(தொன்மைச் சதிரும் நவீன பரதமும் ப.14)

நடனம், சங்ககாலத்தில் எவ்வாறு சிறப்புற்றுத் திகழ்ந்துள்ளது என்பதற்கு அக்கலைக்குப் பயன்படுத்தியக் கலைச் சொற்கள் சிறந்த முன் உதாரணமாகத் திகழ்கின்றன.

நடனம் ஆடுபவர் (Dancer) என்பதற்கே ஆடுநர், ஆடுவார், கண்ணுளர், கோடியர், கூத்தர், சென்னியர், வயிரியர், என்ற பொதுப்பெயரோடு, ஆண்களை மட்டுமே சுட்டும், ஆடுமகன், ஆடல்வல்லான் என்ற சொற்களும் மகளிரை மட்டுமே குறிக்கும் ஆடுமகள், ஆடல்மகளிர், விறலியர் என்ற சொற்களும் கையாளப்பட்டிருப்பமை, சங்க காலத்தில் நடனக் கலை மிகவும் வளர்ச்சிபெற்ற, செல்வாக்குமிகுந்த ஒரு கவின் கலையாகத் திகழ்ந்திருந்தமையை அறிய முடிகிறது.

தமிழர்களின் பாரம்பரியச் சொத்தாக நடனம், தமிழகர்களின் பொற்காலமாகிய சங்க காலத்திலும் சிறப்புற்றுத் திகழ்ந்தமைக்குச் சங்க கால இலக்கியங்கள் சிறந்த ஆவணமாகத் திகழ்கின்றன.

6. சிலப்பதிகாரத்தில் நடனம்

சிலப்பதிகாரம் தமிழர்களின் கவின்கலைகள், குறிப்பாக நடனம் பற்றிய தகவல்களைத் தரும் ஒரு சுரங்கம் எனினும் மிகையாகா . நடனம் தமிழர்களின் தனிப்பெரும் சொத்து என்பதற்கும், உலக அளவில் அது ஒரு தொன்மை வாய்ந்த ஓர் உன்னத கலை என்பதற்கும் சிலப்பதிகாரம் தகுந்த சான்றுகளைத் தருகின்றது.

எனவேதான், உலகளாவிய நிலையில் புகழ்பெற்ற நடனம் பற்றிய ஆய்வறிஞர் பெரில் டி சோயட்டே *(Beryl de Zoete)* என்பவர், "சிலப்பதிகாரம், உலகிலுள்ள மிகச் சிறந்த இலக்கியப்படைப்பு மட்டு மல்ல, பழங்காலத் தமிழர்களின் பண்பாட்டைக் குறிப்பாக நடனத்தைப் பற்றிக் குறிப்பிடும் ஒரு கலைக் களஞ்சியம்" என்று குறிப்பிடுகிறார் *(The Other-mind - A study of dance in South India, Victory Gollanry, London 1953 P.11).*

மேலும், புகழ்வாய்ந்த வரலாற்றுப் பேராசிரியர் ஏ.எல். பாஷம் *(A.L.Basham) " The wonder that was India"* எனும் தனது நூலில், 'இந்திய இலக்கியங்களில், நீதிக்குச் சிறப்பிடமும், பண்டைத் தமிழர்களின் கவின் கலையாகிய நடனத்திற்குக் கொடுத்த உயர்வும், சிலப்பதிகாரத்தைத் தவிர வேறு எங்கும் காணப்படவில்லை" என்று குறிப்பிடுகிறார். *(Quoted by Prof. C. Krishnamurthy, Tamil literature through the ages P.11)*, பேராசிரியர். சிங்காரவேலு சச்சிதானந்தம் என்பவரும் 'சிலப்பதிகாரம், நடனத்தின் நுணுக்கங்களையும், சிறப்புகளையும் எடுத்தியம்பும் ஒரு பெட்டகம்' என்று குறிப்பிடுகிறார் *(The social life of Tamils - classical period p.51).*

- **அரங்கேற்று காதை**

தமிழர்களின் நடனக் கலையின் தனிச்சிறப்பும், அதன் வளமையும், மக்களிடம் அது பெற்றிருந்த செல்வாக்கும் பற்றி அறிந்து கொள்வதற்குரிய ஆதாரமாக, ஆவணக் களஞ்சியமாகத் திகழ்வது சிலப்பதிகாரத்தின் அரங்கேற்று காதை. நடனம் என்பது தமிழர்களின் தனிப்பெரு ஆடற்கலை என்பதை அரங்கேற்றுக்

காதை நிரூபிக்கின்றது. அரங்கேற்றுக்காதை தமிழர்களின் நடனக் கலையின் வரலாறு எனினும் பொருந்தும். அரங்கேற்றுக் காதை ஆய்வாளர் ஷாஜகான் கனி,

தமிழ் நடன மரபுகளின் அரியப் பண்பாட்டுச் செய்திகளைச் செறிவாக அன்றைய நடனக் கலைக்கே உரிய கலைச்சொற்களால் உணர்த்தும் கருவூலம் அரங்கேற்றுக் காதை

(அரங்கேற்றுக் காதை ஆராய்ச்சி ப.4)

என்று குறிப்பிடுகிறார்.

அரங்கேற்றுக் காதையில், நடனத்தைக் கற்றுக்கொடுக்கும் நடன ஆசான்கள், நடனம் ஆடுபவர்கள், அவர்களது தகுதிகள், மன்னர் முன் நடனம் ஆடுதல் அரங்க அமைப்பு முதலிய தகவல்கள் தரப்படுகின்றன.

• நடன ஆசான்

நடனத்தின் முதுகெலும்பாய்த் திகழ்பவர்கள் நடனத்தைக் கற்றுக்கொடுத்துப் பயிற்சியளிக்கும் ஆசான்கள், எத்தகைய தகுதிகளைப் பெற்றிருக்க வேண்டும், பழைய மரபுப்படி எத்தகைய விதிமுறைகளைப் பின்பற்ற வேண்டும் என்பவற்றை இளங்கோவடிகள் அரங்கேற்றுக் காதையில் குறிப்பிடுகின்றார்.

தேசி, மார்க்கம் எனும் இருவகை கூத்தின் இலக்கணம் அறிந்திருக்க வேண்டும். அல்லியம் முதலாகக் கொடி கொட்டி வரையிலுமுள்ள பதினொரு வகை கூத்துக்களையும் தெரிந்து கொண்டு, புறத்திற்குரிய பிண்டியும் (ஒற்றக்கை), பிணையலும் (இரட்டைக் கை) பற்றி அறிந்து கொள்ள வேண்டும். மேலும் அகக் கூத்திற்குரிய எழிற்கையும் தொழிற் கையும் அறிந்து, குரவைக் கூத்து, வரிக் கூத்து ஆகியவற்றையும் கற்றிருக்க வேண்டும். இத்தகைய ஒருவரே ஆடல் ஆசானாக ஆக முடியும் என்று, நடன ஆசானுக்குரிய தகுதிகளாக அரங்கேற்றுக் காதை குறிப்பிடுகின்றது.

இருவகைக் கூத்தி னிலக்கணம் அறிந்து
பலவகைக் கூத்தும் விலக்கினிற் புணர்த்துப்
பதினோ ராடலும் பாட்டுங் கொட்டும்
விதிமான் கொள்கையின் விளங்க வறிந்தாங்
காடலும் பாடலும் பாணியும் தூக்கும்
கூடிய நெறியின் கொளுத்துங் காலை

பிண்டியும் பிணையலு மெழிற்கையுந் தொழிற்கையும்
கொண்ட வகையறிந்து கூத்துவரு காலைக்
கூடை செய்தகை வாரத்துக் களைதலும்
வாரஞ் செய்தகை கூடையிற் களைதலும்
பிண்டி செய்தகை யாடலிற் களைதலும்
ஆடல் செய்தகை பிண்டியில் களைதலும்
குரவயும் வரியும் விரவல செலுத்தி
ஆடற் கமைந்த வாசான் தன்னொடும்

(அரங்கேற்று காதை வரி : 12-25)

நடன ஆசிரியருக்குரிய தகுதிகளாக, இளங்கோவடிகள் பட்டியலிட்டுக் காட்டுவதிலிருந்து, பண்டையத் தமிழகத்தில் நடனம் எனும் கலை எத்தகைய வளர்ச்சியும் வளமையும் பெற்றுத் திகழ்ந்தது என்பதை அறிய முடிகின்றது.

• நடனம் ஆடுபவர்

நடனம் ஆடுபவர்களுக்கு, என்னென்ன தகுதிகள், எத்தகைய நெறிமுறைகளை அவர்கள் பின்பற்ற வேண்டும், எப்பொழுது நடனம் கற்கத் தொடங்க வேண்டும், எப்பொழுது நடனம் அரங்கேற்றம் நிகழ்த்த வேண்டும், அரசன் முன்னால் நடனம் ஆடுவதற்குரிய முறைகள் எவை எவை என்பனவற்றை மிகத் தெளிவாக அரங்கேற்றுக் காதையின் வாயிலாக இளங்கோவடிகள் சுட்டிக் காட்டுகிறார். அவர் காலத்திற்கு முன்னரே, மிகத் தொன்மை காலத்திலிருந்தே , நடன ஆசான், நடன ஆடுபவர்களுக்கென்ற மரபாகப் பின்பற்றப்பட்டு வந்த விதிமுறைகளை அவர் குறிப்பிடுகிறார்.

• மாதவியின் நடனம்

நடனம் ஆடுபவர் எந்த வயதில் நடனம் கற்கத் தொடங்க வேண்டும், எப்பொழுது அரங்கேற்றம் நிகழும், அரசன் முன்னால் எப்பொழுது ஆடல் நிகழும் என்பதை அரங்கேற்றுக்காதை குறிப்பிடுகிறது. ஐந்து வயதில் நடனம் கற்க வேண்டும், ஏழு ஆண்டிற்குப் பின்னர் அரங்கேற்றம் நிகழ வேண்டும் என்பது அக்கால மரபு, அந்த மரபின்படி, மாதவி, நடனம் கற்று, மன்னர் முன்னால் நடன அரங்கேற்றம் நிகழ்கிறது.

ஏழாண் டியற்றியோ ரீரா றாண்டிற்
சூழ்கழல் மன்னற்குக் காட்டல் வேண்டி

(அரங்கேற்றுக்காதை வரி : 10-12)

தகுதிவாய்ந்த நடன ஆசானிடம் கற்றபின், நடன அரங்கம் எவ்வாறு இருக்கும், அரங்கத்தில் நுழையும்போது எந்தக்காலை முன் வைத்து, எந்தத்தூண் பக்கம் செல்ல வேண்டும் என்பவை பற்றிப் பழைய மரபுகளை நன்கு அறிந்து செயல்படுபவளாக மாதவி அறிமுகப்படுத்தப்படுகிறாள்.

இயல்பினின் வழாஅ விருக்கை முறைமையிற்
குயிலுவ மாக்க ணெறிப்பட நிற்ப
வலக்கால் முன்மிதித் தேறி யரங்கத்து
வலத்தூண் சேர்தல் வழக்கெனப் - பொருந்தி

(அரங்கேற்றுக்காதை : 129-135)

மாதவி பதினொரு வகையான நடனங்களை ஆடுகிறாள். அவற்றை இசையுடனும் தாளத்துடனும் ஆடுகிறாள்.

பதினோ ராடலும் பாட்டும் கொட்டும்
விதிமாண் கொள்கையின் விளங்க அறிந்தாங்கு
ஆடலும் பாடலும் பாணியும் தூக்கும்
கூடிய நெறியினைக் கொளுத்தும் காலை

(அரங்கேற்றக் காதை : 14-17)

கீழ்க்குறிப்பிடும் பதினொரு வகை ஆடல்களையும் மாதவி ஆடுகிறாள்.

கொடுகொட்டி ஆடல்

- பாண்டரங்க ஆடல்
- அல்லியத் தொகுதி
- மல்லாடல்
- துடியாடல்
- குடை ஆடல்
- குடம் ஆடல்
- பேடி ஆடல்
- மரக்கால் ஆடல்
- பாலை ஆடல்
- கடையம் ஆடல்

மேற்குறிப்பிட்ட பதினொரு ஆடல்களில் ஆறு ஆடல்கள் நின்று ஆடுபவை, ஐந்து ஆடல்கள், அரங்கத்தில் நடந்து சென்று ஆடுதல்.

அல்லியம் கொடுகொட்டி குடைகுடம் பாண்டரங்கம்
மல்லுடன் நின்றாடல் ஆறு
துடிகடையம் பேடு மரக்காலே
பாவை வடிவுடன் வீழ்ந்தாடல் ஐந்து

(அடியார்க்குநல்லார் உரை வரி. 14)

உரையாசிரியர்களின் கருத்துகள் அடிப்படையில், இந்தப் பதினொரு ஆடல்களிலும் பயன்படுத்தப்பட்ட இசைக் கருவிகள், இசை பற்றிய செய்திகள் கிடைக்கின்றன.

(மயிலை சீனி வேங்கடசாமி ப.130)

நடனம் மக்களால் மட்டுமல்ல, ஆட்சி செய்த அரசர்களாலும் ஆதரித்த ஒரு கலையாகத் திகழ்ந்துள்ளது என்பதை அரங்கேற்றக் காதை வாயிலாக அறிய முடிகிறது. சிறந்த முறையில் நடனமாடியமையால் தலைக்கோல் பெற்று நடன அரங்கேறிய மாதவியின் அரங்கேற்ற நிகழ்ச்சியில் பங்குகொண்ட மன்னனால் மாதவிக்கு 108 கழஞ்சு வழங்கப்பட்டது.

இலைபூங் கோதை யியல்பினின் வழாமைத்
தலைகோல் எய்தித் தலையரங் கேறி
விதிமுறைக் கொள்கையின் ஆயிரத்து - எண்கழஞ்சு
ஒருமுறை யாகப் பெற்றன ளதுவே.

(அரங்கேற்றுகாதை 160 - 163)

இவை, தமிழ்ச் சமுதாயத்தில், நடனத்திற்கு இருந்த அங்கீகாரத்தையும் ஆதரவையும் வெளிப்படுத்துகின்றன. மேலும், இவை, பல தலைமுறைகளாகத் தொடர்ந்து பின்பற்றுப் பட்டு வரும் மரபு உடையது என்பதனை,

வந்தமுறையின் வழிமுறை வழாமல்

(அரங்கேற்று காதை வரி. 146)

என்று குறிப்பிடுகிறார் இளங்கோவடிகள். சிறந்த முறையில் நடனம் ஆடுபர்களுக்குத் தலைக்கோல்' வழங்குகிற மரபும் நடைமுறையில் இருந்துள்ளது என்பதனை, மலைபடுகடாமில் கூறப்பட்டுள்ளது.

தலைகோல் வழங்கும் மரபு தொடர்ந்து தமிழகத்தில் நடைபெற்று வந்தமைக்கு அண்மைக்கால அகழாய்வுக் கண்டுபிடிப்புகள் சான்று பகர்கின்றன.

சிற்பங்களை ஆய்வு செய்யும் குடவாயில் பாலசுப்பிரமணியம் அவர்கள் தாராசுரம் ஐராவதீஸ்வரர் கோயில் தூணிலிருந்தத் தலைக்கோலைக் கண்டுபிடித்துள்ளார்

(தஞ்சாவூர் ப. 27)

• நடன அரங்கம்

அரங்கேற்றுக் காதையில் கூறப்படும் நடன அரங்கத்தைப்பற்றிய செய்திகள் வியப்பூட்டுகின்றன. இன்றைய நவீனக் காலத்தில், கண்கூடாகக் காணப்படும் காட்சிகள் போல், இளங்கோவடிகள் காலத்திலேயே இத்தகைய சிறப்பு வாய்ந்த வசதிகளும் அமைப்புகளும் கொண்ட அரங்கம் இருந்தமை தமிழர் நடனக்கலையில் மேம்பட்டிருந்த உன்னத நிலையை எடுத்து இயம்புகின்றது.

அரங்கத்தின் வரைபடம் முதல், உள் அமைப்பு, அதன் அளவுகள், அதன் உள் காணப்படும் இருக்கை வசதிகள், தூண்கள், மேல்விதானம், திரைகள், வண்ணத் திரைகள், விளக்கு வசதிகள் போன்ற நவீனத்தன்மை வாய்ந்த ஓர் அரங்கமாக நடன அரங்கம் இருந்ததாக அடிகளார் குறிப்பிடுகிறார்.

நூனெறி மரபி னரங்க மளக்கும்
கோலள விருபத்து நால்விர லாக
எழுகோ லகலத் தெண்கோ னீளத்
தொருகோ லுயரத் துறுப்பின தாகி
உத்தரப் பலகையோ டரங்கின் பலகை
வைத்த விடைநில நாற்கோ லாக
ஏற்ற வாயி லிரண்டுடன் பொலியத்
தோற்றிய வரங்கிற் றொழுதன ரேத்தப்
பூதரை யெழுதி மேனிலை வைத்துத்
தூணிழற் புறப்பட மாண்விளக் கெடுத்தாங்
கொருமுக வெழினியும் பொருமுக வெழினியும்
கரந்துவர லெழினியும் புரிந்துடன் வகுத்தாங்
கோவிய விதானத் துரைபெறு நித்திலத்து

மாலைத் தாமம் வளையுட னாற்றி
விருந்துபடக் கிடந்த வருந்தொழி லரங்கத்து

(அரங்கேற்று காதை வரி (99-113)

இவ்வளவு வசதிகளும் பொருந்திய அரங்கம் பற்றிய செய்தி, அன்றைய நடனத்தின் உயர்ந்த நிலையைக் காட்டுகின்றது. அரங்கத்தின் முன்பக்கம் ஒரு வாயிலும் பின் பக்கம் இன்னொரு வாயிலும் இருந்தமையை

ஏற்ற வாயில் இரண்டுடன் பொலிய

(அரங்கேற்றுகாதை : 105)

என்று குறிப்பிடுகிறார் இளங்கோ அடிகள்.

அரங்கேற்று காதை ஆய்வாளர் ஷாஜகான் கனி,

சிலப்பதிகாரக் காலத்துத் தமிழ் நடன மேடை, நீள அகல அளவுகளிலும், நடனம் ஆடுவோர் தலைதட்டாதபடி, உத்தரப் பலகையின் உயரம் அமைக்கும் அளவு முறையிலும், வாயில்கள், தூண்கள், அமைத்தலிலும் திட்டமிட்டு அமைக்கப்பட்ட ஒரு வளர்ச்சி நிலையைக் காணமுடிகின்றது

என்று குறிப்பிடுகின்றார்,

(அரங்கேற்றுகாதை ஆராய்ச்சி ப.233)

அரங்கத்தின் அளவுக் கோலைப் பற்றி,
புண்ணிய நெடுவரைப் போகிய - நெடுங்கழைக்
கண்ணிடை ஒருசாண் வளர்ந்தது - கொண்டு
நூல்நெறி மரபின் அரங்கம் - அளக்கும்
கோல்அளவு இருபத்து நால் விரலாக

(அரங்கேற்று காதை 90-100)

என்று கோல் அளவு கூறப்பட்டது.

அண்மையில் 1991 இல். டாக்டர் இராசமாணிக்கனார் வரலாற்று அகழாய்வு ஆய்வு மையம், தஞ்சாவூர் பெரிய கோயிலில் 73 செ.மீ. உள்ள ஒரு கோலைக் கண்டெடுத்துள்ளனர்.

(தகவல்: இரா. கலைக்கோவன்)

சிலப்பதிகாரத்தில் சொல்லப்பட்ட அரங்க அமைப்பும் அளவுகோல்களைப் பயன்படுத்தலும் பின்னாட்களிலும் பின்பற்றப்பட்டமையை அறிய முடிகின்றது.

சிலப்பதிகாரத்திற்கு உரையெழுதிய அடியார்க்கு நல்லாரும், நடன அரங்கத்தில் அமைக்கப்பட்டிருந்த விளக்குகளைக் குறிப்பிடும் பொழுது,

தூண்களின் நிழல் நாயகப்பத்தியின் கண்ணும்
அவையின் கண்ணும் படாதபடி மாட்சிமைப்பட
நிலை விளக்கு நிறுத்தி

(அடியார்க்கு நல்லார், எஸ். கலியாணசுந்தரனார் பதிப்பாசிரியர் ப. 115)

என்று விளக்கம் தருகிறார்.

மேலும், அரங்கத்தில் இடம்பெற்றிருந்த மூன்று வகையானத் திரைகளைப் பற்றியச் செய்திகளும் இடம் பெற்றுள்ளன.

ஒருமுக எழினியும் பொருமுக எழினியும்
கரந்துவரல் எழினியும் புரிந்துடன் - வகுத்தரங்கு

(அரங்கேற்றுக் காதை 109-110)

அரங்கத்தின் மேல் விதானம் ஓவியத்தால் வரையப்பட்டிருந்தது என்பதனை,

ஓவிய விதானத்து உரைபெறு நித்திலத்து
மாலை தாமம் வளையுடன் நாற்றி
விருந்துபடக் கிடந்த அருந்தொழில் - அரங்கத்து

(அரங்கேற்று காதை - 111-118)

என்று குறிப்பிடுகிறார் அடியாருக்கு நல்லார்

இளங்கோ அடிகள், அரங்கத்தைப் பற்றி, "விருந்து படக் கிடந்த அருந்தொழில் அரங்கம்" என்று குறிப்பிடுவதிலிருந்து அன்றைய நடனக்கலையின் உயர்ந்த நிலையை அறிய முடிகின்றது.

மேலை நாட்டில், கலை அரங்கம் என்பது, குறிப்பாக நிகழ்த்துக் கலைகளுக்கு உரிய அரங்கம் என்பது, முதலில் கிரேக்கத்தில் தோன்றியது என்பர். பின்னர், ஆங்கிலேயர் அரங்கம் என்பது, எலிசபெத் ராணி (1558 - 1603) காலத்தில் எலிசபெத்தியன் அரங்கம்' என்று அழைக்கப்பட்டது. அக்காலக் கட்டத்தில், இலண்டன் மாநகருக்கு வெளியே, திறந்தவெளியில், மூன்று பக்கமும் பார்வையாளர்கள் கலந்து கொள்ளும் வகையில், அமைந்திருந்தன. பதினாறாம் நூற்றாண்டிற்குப் பின்னரே, நவீன வசதிகள் அமைந்த அரங்கங்கள், மேலை நாடுகளில் உருவாகின. ஆனால், கி.பி. இரண்டாம் நூற்றாண்டைச் சார்ந்த சிலப்பதிகாரத்தில், நடன அரங்கம் பற்றிய செய்திகள் தமிழர்களின் நடனக்கலை பெற்றிருந்த வளர்ச்சிபெற்ற உயர்நிலையைக் காட்டுகிறது எனலாம்.

இளங்கோவடிகளின் காலத்திலேயே, நடன அரங்குகளிலேயே இத்தகைய வளர்ச்சியும் முன்னேற்றமும் ஏற்பட்டிருந்தால், அதற்கு முந்தைய தலைமுறையினரிடம் நடனம் எவ்வாறு செல்வாக்குப் பெற்று வளத்துடன் திகழ்ந்திருக்கும், என்பதை அரங்கேற்று காதை வாயிலாக அறிய முடிகிறது.

இத்தகைய வளர்ச்சி பெற்றிருந்த நடனக்கலைக்கென இலக்கண நூல் இருந்தமையையும் அரங்கேற்று காதை மூலம் அறிய முடிகிறது.

வேத்தியல் பொதுவி யலென்றிரு திறத்தின்

நாட்டிய நன்னூல் நன்கு கடைபிடித்து

(அரங்கேற்றுகாதை வரி : 40)

நடனம் ஆடுபவர்கள், வேத்தியல் பொதுவியல் இரண்டு கூறுபாடுகளை உடைய நாட்டிய நன்னூலைக் கற்றிருக்க வேண்டும் என்று, இளங்கோவடிகள் குறிப்பிடுகின்றார். மொழி தோன்றி, இலக்கியங்கள் படைக்கப்பட்டப் பின்னரே இலக்கணம் தோன்றும். எனவே, இளங்கோவடிகள் காலத்திலேயே நடனத்திற்கென இலக்கணம் வகுக்கப்பட்டிருந்தமையையும் அதற்கு முன்னரே, தமிழர் நடனம் சிறந்த வளர்ச்சிப் பெற்றிருந்தமையையும் அறியமுடிகிறது.

சிலப்பதிகாரத்தில், அரங்கேற்றுக் காதைதான் கதையின் திருப்புமுனை. கண்ணகியுடன் கணவன் மனைவியாக இல்லற வாழ்வு நடத்திக்கொண்டிருந்த கோவலன், மாதவியைச் சந்தித்துக் கண்ணகியைப் பிரிந்து மாதவியோடு வாழ விழையும், புதிய சூழலை உருவாக்கும் காப்பியத்தின் முக்கிய பகுதிதான் அரங்கேற்றுக் கதை. ஆனால் 175 வரிகளை உடைய அரங்கேற்றுக்காதையில் 10 வரிகள் மட்டும் கதையைச் சொல்கிறது. ஏனைய 165 வரிகளும் நடனத்தைப் பற்றியும் இசையைப் பற்றியுமே குறிப்பிடுகின்றது.

எனவே, சிலப்பதிகாரத்தின் வாயிலாக இளங்கோவடிகள், நடனத்தின் மீது கொண்டிருந்த ஈடுபாட்டையும், நடனம், தமிழர் வாழ்க்கையில் முக்கிய பங்கு வகுத்திருந்தமையையும் தொன்றுதொட்டு நடனம் தமிழர்களின் தனிப்பெருஞ் சொத்தாகத் திகழ்ந்திருமையையும் அறிய முடிகிறது.

7. நடனம் பற்றிச் சிலப்பதிகார உரையாசிரியர்கள்

சிலப்பதிகாரத்திற்கு உரை எழுதிய அரும்பத உரையாசிரியர், அடியார்க்கு நல்லார் ஆகியோர்கள் வாயிலாகவும் நடனம் பற்றியச் செய்திகளை அறிய முடிகிறது.

இவ்விருவரும் இல்லாது போயிருந்தால் பண்டைத் தமிழரின் இசை மரபும் நடன மரபும் செழித்த அரங்கேற்றுக் காதை இருளில் மூழ்கிப் போயிருக்கும்

(அரங்கேற்றுக்காதை ஆராய்ச்சி - ப. 41).

என்கிறார். ஷாஜகான் கனி

• அரும்பத உரையாசிரியர்

இவரது இயற்பெயர் தெரியாது. அரிய பதங்களுக்கு உரையெழுதியமையால், அரும்பத உரையாசிரியர்' என அடியார்க்கு நல்லார் குறிப்பிட்டதே, பின் அவருக்குப் பெயராக அமைந்துள்ளது.

அரும்பத உரையாசிரியர், அரங்கேற்றுக் காதையின் அரிய பதங்களுக்கு உரையெழுதியது மட்டுமல்ல, கூறப்படும் கருத்துகள் பற்றி, அவர் காலத்தில் அவரறிந்த நடனம் பற்றியச் செய்திகள் பலவற்றையும் தருகிறார். எடுத்துக்காட்டாகக் கூத்து என்பது, தேசி, மார்க்கம் என இரண்டு வகையாக இருந்ததாகக் குறிப்பிடுகிறார்.

> தேசியம் மார்க்கமுமென்று சொல்லப்படா நின்ற இரண்டு
> வகைப்பட்ட அகக் கூத்தினது இலக்கணங்களை அறிவது

(உ.வே.சா. பதிப்பு ப.57)

இளங்கோவடிகள், தாம் பயன்படுத்திய நடனம் தொடர்பானக் கலைச் சொற்களுக்குரிய முழு விவரங்களையும் தரவில்லை. அக்கால மக்கள் அதை அறிந்திருப்பர் என விட்டிருக்கலாம். ஆனால், அரும்பத உரையாசிரியர், கலைச் சொற்களுக்குரிய விளக்கங்களைத் தருகிறார்.

பிண்டி	-	ஒற்றக்கை, அவை பதாகை முதலாக இருபத்து நான்கு
பிணையல்	-	இரட்டைக்கை, அவை அஞ்சலி முதலாகப் பதிமூன்று
எழிற்கை	-	அழகு பெறக் காட்டும் கை
தொழிற்கை	-	தொழில் பெறக் காட்டும் கை

(உ. வே. சா. பதிப்பு : ப .60)

இளங்கோவடிகள் , நடனம் ஆடுபவர்களின் கை அசைவுகளை மட்டும் குறிப்பிட்டுள்ளார். ஆனால், அரும்பத உரையாசிரியர் அவற்றிற்குரிய விளக்கங்களையும் கொடுத்துள்ளார்.

இளங்கோவடிகள்,

கூடை செய்தகை வாரத்துக் களைதலும்

(அரங்கேற்றுகாதை : வரி. 20)

என்று குறிப்பிட்டதற்கு, அரும்பத உரையாசிரியர்,

கூடை செய்தகை வார்த்துக் களைதலுமென்றது
அக்கூத்திடைத்து ஒற்றையிற் செய்த
கைத்தொழில் இரட்டியில் புகாமலும்
இரட்டியிற் செய்தகைத் தொழில்

இரட்டிக்கிரட்டிலும் ஒற்றையிலும்
புகாமலும் களைதல்

(உ.வே.சா. பதிப்பு : ப. 60)

என்று விரிவான விளக்கம் தருகிறார்.

மேலும், அவர் காலத்திலுள்ள நடனம் பற்றிய பல நூல்களின் பெயர்களையும் சுட்டுகிறார். அவற்றில் ஒரு சிலவே கிடைத்துள்ளன.

> சிலப்பதிகாரத்திற்கு அரும்பதவுரையாசிரியர் உரை எழுதியது, தமிழுலகம் செய்த நற்பேறு. அவர்தரும் வெளிச்சத்தால் தான் அடியார்க்கு நல்லார்க்கே உரையெழுதத் தோன்றியது என்று கூடச் சொல்லலாம். இயல்பாகவே இசையறிவும்

நடன அறிவும் செறிந்திருந்த அடியார்க்கு நல்லார்க்குத் தம் அறிவினைப் பட்டைத் தீட்டிக் கொள்ளத்தக்க ஒரு நெறியாளராக - வழிகாட்டி நல்லாசானாக அரும்பதவுரையாசிரியர் விளங்கினார். அரும்பதவுரையாசிரியரின் உரையைப் படித்தே அடியார்க்கு நல்லார் தம் புலமையை மெருகேற்றிக்கொண்டார் என்று கூறினாலும் அது மிகையாகாது

(அரங்கேற்றுக் காதை ஆராய்ச்சி ப.15.)

அரும்பதவுரையாசிரியரின் சிலப்பதிகார உரை, நடனத்தைப் பற்றி விரிவாகத் தெரிந்து கொள்ளவும், அவர் கால நடனம் தொடர்பான நூற்களை அறிந்து கொள்ளவும் வாய்ப்பளிக்கிறது.

அடியார்க்கு நல்லார்

அரும் பதவுரையாசிரியரின் உரையையே பெருங்கருவியாகக் கொண்டு சிலப்பதிகாரத்திற்கு அடியார்க்கு நல்லார் உரை செய்தார் என்பர் -

(உ.வே.சா. பதிப்பு : ப XIX)

அடியார்க்கு நல்லாரின் உரையிலிருந்து அவர்காலத்தில் வழக்கிலிருந்த நடனம் பற்றிய பல இலக்கண நூற்களால் அறிய முடிகிறது. 'இசை, நடனம், தொடர்பான பழைய இலக்கண நூல்கள் பலவற்றின் பெயர்களையும், அவற்றின் நூற்பாக்களையும், நூல் பெயர் சுட்டாத நூற்பாக்கள் பலவற்றையும் நமக்குத் தருவதில் பெரும்பங்கு வகிப்பவர் அடியார்க்கு நல்லாரே ஆவர்.

(அரங்கேற்றுக்காதை ஆராய்ச்சி ப.19)

அவர் கூறும் நூற்கள்:

சிகண்டி

பஞ்சமரபு

பரதசேனாபதியம்

இசை நுணுக்கம்

இந்திரகாவியம்

மதிவாணர் நாடகத் தமிழ் நூல்

இவை அனைத்தும், நடனம் பற்றிய இலக்கண நூற்கள் என்று அடியார்க்கு நல்லார் குறிப்பிடுகின்றார். அவர் கூறிய தகவல்களின்

அடிப்படையில், கூத்த நூலும் பஞ்ச மரபும், பரத சேனாபதியமும் கிடைக்கப்பெற்றன. எனையவை கிடைக்கவில்லை.

மேலும், பழைய இலக்கண நூல் ஒன்றிலிருந்து நடனம் ஆடுபவர்களுக்குரிய தகுதிகள் எவை என்று குறிப்பிடுகிறார். செயிற்றியம் எனும் இலக்கண நூலில் நடனம் ஆடும் அரங்க அமைப்பு, அளவு முதலியவை எவ்வாறு இருக்க வேண்டும் என்று, குறிப்பிட்டுள்ளதை எடுத்துரைக்கிறார்.

அக்கோல் ஏழுகன்று எட்டு நீண்டும்
ஒப்பால் உயர்வும் ஒரு கோல் ஆகும்
தற்கோல் வேந்தன் நயக்குறு வாயில்
முக்கோல் தானும் உயர்வும் உரித்தே

(உ.வே.சா. பதிப்பு : ப.114)

'நூல்' எனும் தலைப்பிலான இலக்கண நூலிலிருந்து நடன அரங்கத்தில், இருக்கைகளின் அளவுகள் குறித்தும் தம் உரையில் சுட்டுகிறார்.

ஆடிடம் முக்கோல் ஆட்டுவார்க்கு ஒருகோல்
பாடுநர்க்கு ஒரு கோல் அந்தரம் ஒருகோல்
குயிலுவர் நிலையிடம் ஒருகோல்

(உ.வே.சா. பதிப்பு : 113)

இவற்றிலிருந்து, பழங்காலத்தில், வளர்ச்சி பெற்றிருந்த நடனம் பற்றிப் பல இலக்கண நூற்கள் இருந்தமையை அறிய முடிகிறது.

இளங்கோவடிகள் 11 வகையான கூத்துக்களைக் குறிப்பிட்டுள்ளார். அவற்றில், நின்றாடல் எத்தனை, வீழ்ந்தாடல் எத்தனை என்று விளக்குகிறார் அடியார்க்கு நல்லார்.

அல்லியங் கொட்டி குடைகுடம் பாண்டுரங்கம்
மல்லுடன் நின்றாடல் ஆறு
துடிகடையம் பேடு மரக்காலே பாவை
வடிவுடன் வீழ்ந்தாடல் ஐந்து

(உ. வே. சா. பதிப்பு ப.89)

இளங்கோவடிகள் குறிப்பிடும் சாந்திக் கூத்து, வினோதக் கூத்து ஆகியவற்றிற்கு, விரிவான விளக்கம் தருகிறார் அடியார்க்கு

நல்லார். மரபு வழியாக நடனம் ஆடுபவர்க்குத் தலைக்கோல் வழங்கும் நிகழ்ச்சியை அடியார்க்கு நல்லார், செயிற்றியம் எனும் இலக்கண நூலிலிருந்து எடுத்துரைக்கிறார்.

பிணியும் கோளு நீங்கிய நாளில், அணியுங்
கவனு மாசறு வியற்றித் தீதுதீர் மரபிற்
றீர்த்த நீரான், மாசது தீர மண்ணுநீ ராட்டித்
தொடலையும் மாலையும் படலையுஞ்
சூட்டிப், பிண்ட முண்ணும்
பெருங்களிற்றுத் தடக்கை மிசைக்
கொண்டு சென்றுநீ இக்கொடி யெடுத்து
ஆர்த்து, முரசுமுருடு முன்முன் முழங்க
அரசுமுதலான ஐம்பெருங்குழுவும்
தேர்வலஞ்செய்து புகுந்த பின்னற்
தலைகோல் கோடறக்க தென்ப"

(உ.வே.சா. பதிப்பு, ப.117)

என்றார் செயிற்றியனார் என்று, அடியார்க்கு நல்லார் கூறுகிறார்.

இளங்கோவடிகளால், 'வந்தமுறையின் வழிமுறை வழாமல்' வழங்கப்பட்டது என்றுச் சுட்டப்படும் தலைக்கோல் வழங்கும் மரபு, பின்னரும் தொடர்ந்து பண்டைய நடன மரபைப் பேணி பாதுகாத்துள்ளமையை எடுத்துரைக்கிறது.

சிலப்பதிகாரத்தில் இடம் பெற்றுள்ள, பிண்டி, பிணையல் இரண்டையும் விளக்குகிறார் அடியார் நல்லார்.

இவற்றுள் பிண்டியென்றது ஒன்றாய் ஆகுபெயரான ஒற்றைக்கைக்குப் பெயராயிற்று பிணைதல் இணைதலாதலால் இணைக்கைக்குயாயிற்று.

(உ.வே.சா. பதிப்பு ப.93)

பிண்டிக்குக் கெட்டியது முப்பத்து மூன்று வகை

பிணையல் - அஃதாவது இணைக்கை, அது பதினைந்து வகைப்படும்

(மேற்படி ப.97)

அடியார்க்கு நல்லார் உரையிலிருந்து, நடனத்தில் அவருக்கிருந்த ஈடுபாட்டையும், அது தொடர்பான இலக்கண நூல்கள் பற்றிய அறிவையும் எடுத்துரைப்பதோடு, தமிழர் நடனக்கலையின் வளத்தையும் செல்வாக்கினையம் எடுத்துரைக்கின்றன.

இரு உரையாசிரியர்களும், நடனத்தில் தமக்குள்ள ஈடுபாட்டைக் காட்டுவதோடு, அவர்கள் காலத்தில் வழக்கிலிருந்த, நடனம் பற்றிய செய்திகளையும் இலக்கண நூற்களையும் குறிப்பிடுகின்றனர். எனவேதான், சிலப்பதிகாரத்திலுள்ள இசையைப்பற்றி ஆய்வு செய்த எஸ். இராமநாதன் அவர்கள்

> இளங்கோ அடிகள் அருளிய நூல் ஒளி என்றால் அதன் உரையாசிரியர்களான அரும்பத உரையாசிரியர், அடியார்க்கு நல்லார் ஆகியோரின் உரைகள் இரண்டும் அவ்வொளியைக் காட்டும் இரு கண்கள்

என்று குறிப்பிடுகிறார்

(எஸ். இராமநாதன் P.XIII)

8. மணிமேகலையில் நடனம்

சிலப்பதிகாரமும் மணிமேகலையும் இரட்டைக் காப்பியங்கள் என்று அழைக்கப்படுகின்றன. மணிமேகலை, பௌத்த சமயச் சார்ந்த காப்பியம் என்பதால், இளங்கோவடிகள் சிலப்பதிகாரத்தில் கலைக்குக் குறிப்பாக நடனத்திற்குக் கொடுத்த முக்கியத்துவம் சீத்தலைச் சாத்தனாரால் மணிமேகலையில் கொடுக்கப்படவில்லை. ஆனால், முற்றிலும் புறக்கணிக்கவும் முடியவில்லை.

நடனம் கற்ற மணிமேகலை, தோட்டத்தில் மலர் கொய்யச் சென்றபொழுது, 'பேடி' எனும் நடனம் ஆடினாள்.

இகந்த வட்டுடை யெழுதுவரிக் கோலத்து
வாணன் பேரூர் மறுகிடைத் தோன்றி
நீணில் மளந்தோன் மகன் முன் னாடிய
பேடிக் கோலத்துப் பேடுகாண் குநரும்

(மணிமேகலை 3 : 122 - 125)

இது,

மாதவி ஆடிய பதினொரு ஆடலில் பயின்று வரும் பேடியாடலையும் குறிக்கின்றது

(தமிழர் நடன வரலாறு. ப.8)

என்று குறிப்பிடுகிறார் இரகுராமன்.

துயிலெழுப்பிய காதையில், நடன அரங்கம் பற்றிய குறிப்பு இடம் பெற்றுள்ளது.

அகல் மனை அரங்கத்து ஆசிரியர் தம்மொடு
வகை தெரி மாக்கட்கு வட்டணை காட்டி
ஆடல் புணர்க்கும் அரங்கியல் மகளிர்

(மணிமேகலை 7:42-44)

நடனமாடும் மகளிர் பற்றியச் செய்தியும் இடம்பெற்றுள்ளது.

ஆடவர் காண நல்லரங்கு ஏறி
ஆடலும் பாடலும் அழகும் காட்டி

(மணிமேகலை 18: 104-105)

வேத்தியல், பொதுவியல் ஆகிய நடனங்களை ஆடுபவர்களுக்கு எனத் தனியாகக் குடியிருப்புகளும் இருந்துள்ளன என்பதையும் மணிமேகலை குறிப்பிடுகின்றது.

வேத்தியல் பொதுவியல் என்று இவ்விரண்டின்
கூத்தியல்பு அறிந்த கூத்தியர் மறுகு

(மணிமேகலை 28 : 46 - 47)

மேலும், கூத்து, நடனம், நாட்டியம், அபிநயம், ஆகிய சொற்கள் காப்பியத்தில் பல இடங்களில் இடம்பெற்றுள்ளன.

எனவே, சாத்தனார் காலத்திலும் நடனம் செல்வாக்குப் பெற்ற ஒரு கலையாக மிளிர்ந்திருக்கிறது. கலைகளைப் புறக்கணித்தப் பௌத்தமயத்தைச் சார்ந்த சாத்தனாராலும் அதைப்புறக்கணிக்க முடியாதச் சூழல் இருந்திருக்கிறது. எனவே, நடனம் பற்றியப் பல செய்திகளையும் மணிமேகலை குறிப்பிடுகின்றது.

9. பிற்காலத்தில் நடனக்கலை

தொல்காப்பியர் காலம் முதல் இளங்கோவடிகளின் காலம் வரையிலான, சங்க காலம், சங்க மருவிய காலம் ஆகிய காலங்களில் தமிழ் நாட்டைத் தமிழர்களே ஆளும் சூழல் இருந்தது. அக்காலங்களில், தமிழகத்தை ஆட்சி செய்த மன்னர்கள், தமிழர்களின் பண்பாட்டின் வெளிப்பாடானக் கவின் கலைகளைப் பாதுகாத்து, ஊக்குவித்து வளர்த்தனர். அவை, தமிழனின் பண்பாட்டுச் சிறப்புகளை வெளிப்படுத்தும் கலைக் கருவூலங்களாகத் திகழ்ந்தன. நடனக் கலையும் அதற்கு விதிவிலக்கல்ல.

பிற்காலத்தில் அயலவர்கள் ஆட்சியில், தமிழ்ப் பண்பாட்டுக் கூறுகள், ஊக்கமின்றி வளர்ச்சி குன்றின . மேலும், புறச்சமயங்களான, பௌத்தம், சமணம் முதலிய சமயங்களின் செல்வாக்காலும் தாக்கத்தாலும் தமிழர்களின், கவின்கலைகள், குறிப்பாக நடனமும் இசையும் முற்றிலுமாகப் புறக்கணிக்கப்பட்டன. அதிலும், தமிழர்களின் இருண்ட காலம் என்று அழைக்கப்படும் களப்பிரர் காலத்தில், தமிழர்களின் பண்பாட்டின் பாதுகாப்பும் வளர்ச்சியும் பெருமளவில் பாதிப்புக்குள்ளாயின.

- **களப்பிரர் காலம்**

சங்கம் மருவிய காலம் என அழைக்கப்படும் களப்பிரர் எனும் அயலவர் ஆட்சிக் காலத்தில், பௌத்த மதமும், சமண மதமும் பெற்றச் செல்வாக்கால் தமிழரின் நடனக் கலை பெருமளவில் பாதிப்புக்கு உரியதாகியது. சமயக் கோட்பாடுக்கு எதிரானதாகக் கருதப்பட்டுப் புறக்கணிக்கப்பட்டது.

பௌத்தச் சமயம் சார்ந்த மணிமேகலையும் சமணக் காப்பியம் என்று அழைக்கப்படும் சீவகச் சிந்தாமணியும் மட்டுமே நடனம் பற்றிய சில குறிப்புகளைத் தருகின்றன. களப்பிரர் காலத்தைச் சார்ந்த பிற எந்த இலக்கியத்திலும் நடனம் பற்றிய குறிப்பும் இல்லை.

எனவே, களப்பிரர் காலம் தமிழர் வரலாற்றில் எப்படி ஓர் அரசியல் இருண்ட காலம் என்று அழைக்கப்படுகிறதோ, அதேப்போல் நடன வரலாற்றிலும் ஓர் இருண்ட காலம் எனலாம்.

• பல்லவர் காலமும் பாண்டியர் காலமும்

கி.பி. 5-வது நூற்றாண்டிலிருந்து 9-வது நூற்றாண்டு வரையிலும் பல்லவர்களும் பாண்டியர்களும், தமிழகத்தில் ஆட்சி புரிந்தனர். இவர்களின் ஆட்சிக் காலத்தில், நடனம் மீண்டும் புத்துயிர் பெற்றது.

> சோழர்கள் தலையெடுக்கும் வரை, தமிழ் நாட்டில் பரவி விளங்கிய இப்பல்லவர், பாண்டியர் ஆட்சியிலும் கலைகள் பெரிதும் போற்றப்பட்டன

(சோழர்கால ஆடற்கலை. ப.19)

• பல்லவர் காலம்

பல்லவர் காலத்தில் கவின்கலைகளாகிய இசையும், நடனமும், ஓவியமும் சிற்பமும் மன்னர்களால் ஊக்குவிக்கப்பட்டு, வளர்ச்சி பெற்றன. மாமல்லபுரத்தில் உள்ள நடனச் சிற்பங்கள் பல்லவர் காலத்தில், நடனம் ஊக்குவிக்கப்பட்டு வளர்ந்தமையை எடுத்துரைக்கிறது.

மாமண்டூரின் அகழ்வாராய்ச்சியின் வாயிலாகக் கண்டெடுக்கப்பட்டக் கல்வெட்டுகள், பல்லவர்களின் கவின்கலைகள் மீதுள்ள ஆர்வத்தையும் ஈடுபாட்டையும் காட்டுகின்றன. மேலும், அங்குள்ள நடனச்சிற்பங்கள் நடனம் பெற்றிருந்த செல்வாக்கையும் வளர்ச்சியையும் வெளிப்படுத்துகின்றன.

இதைப்போல, குடமலையில் கண்டெடுக்கப்பட்ட, கல்வெட்டுகளும் இசைக்கும் நடனத்திற்கும் தமிழர்கள் கொடுத்த முக்கியத்துவத்திற்குச் சான்றாக அமைந்துள்ளன. நடனச் சிற்பங்கள் மேலும் அணி செய்கின்றன. பல்லவ மன்னன் மகேந்திரன், நடனத்திற்குச் சிறப்பிடம் கொடுத்து, ஊக்குவித்தார்.

> நடன மாதர்களின் துணை கொண்டு கல்லில் ஓவியம் வரையும் புதுமையை உண்டாக்கியவர் மகேந்தர வர்மன். சித்தன வாசலில் உள்ள நடன மாந்தரின் உருவம் லதாவிருச்சகம் எனும் அமைப்பில் உள்ள ஒன்று. மகேந்தரவர்மன் நடனம், நாடகம் எனும் கலைகளில்

வல்லவன். அவன் நடனத்திற்கென பல ஜதிகளை உருவாக்கியிருக்க வேண்டும்.

பல்லவர் காலத்தில் சுட்டப்பட்டக் கோயில்களில் செதுக்கப்பட்டச் சிற்பங்களை மதிப்பிடும்பொழுது பல்லவர்கள் நடனக் கலைக்கு மிகமிக இன்றியமையாத இடத்தைத் தந்துள்ளனர் என்பது தெரிய வருகிறது.

(தமிழர் நடன வரலாறு ப.158-159)

அரசர்களையும், செல்வந்தர்களையும் நாடி வளர்ந்த கலைகள், குறிப்பாக இசையும் நடனமும், கோயில்களை நோக்கி ஈர்க்கப்பட்டன.

இசைக்கலையும் ஆடற்கலையும் கோயில்களில் குடி புகுந்தன. இறைவழிபாட்டின் இன்றியமையாக் கூறுகளாக இவ்விரு கலைகளும் மாறியதால், ஒவ்வொரு கோயில்களிலும் இவ்விரு கலைகளிலும் வல்லவர்கள் பணியமர்த்தப்பட்டனர்.

முதல் மகேந்திரவர்மப் பல்லவரைத் தொடர்ந்து, கல்லில் கோயிலெடுக்கும் பழக்கம், தமிழ்நாட்டில் பல்கிப் பெருகியது. குடைவரையில் தொடங்கிய கற்கோயில், கலை, ஒரு கல் தளிகளாய் வளர்ந்து கற்றளிகளாய் மலர்ந்தது. இத்திருக்கோயில்களில் அமைக்கப்பட்டச் சிற்பங்களும், செதுக்கப்பட்டக் கல்வெட்டுகளும் தமிழர்தம் பண்பாட்டு விளக்கங்களாய்த் திகழ்கின்றன.

(சோழர்கால ஆடற்கலை ப. 19)

பல்லவ மன்னனான இரண்டாம் நந்திவர்மனின் அரசி தர்மமகாதேவி எடுப்பித்தத் தர்மமகாதேவி ஈடுவரத்தில் நாற்பத்து நான்கு ஆடற் கூத்தியர் பணி செய்தனர். அவர்களுள் முப்பத்திருவர் முதல் நிலையிலும் பன்னிருவர் இரண்டாம் நிலையிலும் பணியமர்த்தப்பட்டனர். இக்கூத்தியர் தளிப்பரிவாரத்தில் அடங்குவர்

(துகவல் : இரா. கலைக்கோவன், சோழர்கால ஆடற் கலை, ப.29, மூலம்;
Source : South Indian Inscription Vol. IV 4 : 827).

தளிப்பரிவாரத்தில் சேர்ந்தார்க்கு வாழ்நாள் முழுவதும் பணி பாதுகாப்புத் தரப்பட்டது. வாழ்க்கைத் தேவைகளை நிறைவு செய்து கொள்ள வாய்ப்பாக, அவர்களுக்கு நிலம் வழங்கப்பட்டது.

இதேபால் மாமல்லபுரத்திலும் தளிக் கூத்தியர் வாழ்ந்தமையைப் புதிதாகக் கண்டுபிடிக்கப்பட்டக் கல்வெட்டு ஒன்று கூறுகிறது.

(தகவல் : இரா. கலைக்கோவன். சோழர் கால ஆடற்கலை ப. 429
Source : The Hindu 18 November 1995)

எனவே, பல்லவர் காலத்தில் ஆடற்கலை அரசர்களால் ஊக்கிவிக்கப்பட்டது என்பதை அறிய முடிகிறது.

- **பாண்டியர் காலம்**

பல்லவர்கள் காலத்திற்குப் பின் வந்த தமிழ் மன்னர்களாகிய பாண்டியர்களும், நடனத்திற்குச் சிறப்பிடம் கொடுத்து, பாதுகாத்து வளர்த்தனர்.

பாண்டியர்கள் காலத்தில் கட்டப்பட்டச் சித்தன்ன வாசல் குகைக் கோயில்களின் தூண்களிலும், விதானத்திலும் நடன மாதர்கள், நடனமாடுவதாக ஓவியங்கள் வரையப்பட்டுள்ளன. இது, பாண்டியர்கள் நடனத்திற்குக் கொடுத்த முக்கியத்துவத்தையும் ஊக்கத்தையும் வெளிப்படுத்துகின்றன.

பல்லவர், பாண்டியர் ஆட்சிக் காலங்களில், புறச்சமயங்களை எதிர்த்து எழுந்தப் பக்தி இயக்கம், தமிழகம் முழுவதும் நாயன்மார்களாலும் ஆழ்வார்களாலும் நன்கு பரப்பப்பட்டது. இறை உணர்வு தழைத்து வளர்ந்தமையால் அதிக அளவில் கோயில்கள் தோன்றின.

பல்லவர், பாண்டியர்கள் ஆட்சிக் காலத்தில், பக்தி எழுச்சி மிகுந்தமையால், கோயில்களின் எண்ணிக்கை பெருகியது. கோயில் வழிபாட்டில் நடனம் ஆடல் சிறப்பிடம் பெற்றது. வழிபாட்டு முறையிலும் ஒன்றாக நடனம் இடம்பெற்றது.

10. சோழர் காலம்

சோழர் காலம் தமிழர்களின் நடனக் கலைக்குப் புத்துயிர் ஊட்டிய ஒரு பொற்காலம். இன்றுவரையிலும் புகழ்வாய்ந்து திகழும் நடன வெண்கலச் சிற்பங்கள், குறிப்பாகப் பல்வேறு நடன பாவனைகளில் காட்சியளிக்கும் நடராச பெருமானின் நடனச் சிலைகள் ஆகியவை இதற்குச் சான்று பகர்கின்றன. தமிழர் நடனம் என்பதற்கு ஓர் அடையாளச் சின்னமாக நடராச பெருமானின் நடனக் காட்சி, இன்று உலகெங்கும் புகழ் பெற்றுத் திகழ்கிறது.

மேலும், சோழர் காலத்தில், நடனம் உயர்ந்த நிலையில் மக்களிடையே மதிக்கப்பட்டு வளர்ச்சி அடைந்திருந்தது என்பதற்கு இன்னும் பல சான்றுகள் உள்ளன.

சோழர் ஆட்சிக் காலத்தில்,புகழ் மிகுந்த மன்னனாக விளங்கியவர் இராஜராஜ சோழன். அவர்தம் அரும் முயற்சியால், தஞ்சைப் பெரிய கோயில், இசை நடனம் ஆகியவற்றின் மிகவும் முக்கியமான ஒரு கலை மையமாக விளங்கியது. இராஜராஜ சோழனது கல்வெட்டு மூலம், தஞ்சைப் பெரிய கோயிலில் நடனமாடுவதற்கென்றே 400 நடன மாதர்களை அவர் நியமித்திருந்தமையை அறிய முடிகிறது. இதிலிருந்து, இராஜ ராஜ சோழன் நடனக் கலையை மிகவும் ஆதரித்து வளர்த்தார் என்பது வெள்ளிடைமலை.

சோழர்கால கல்வெட்டுகளும் கோயில்களில் வழிபாட்டிற்குத் துணையாகப் பல நடனமாதர்களை நியமித்திருந்தமையைக் குறிப்பிடுகின்றன. பழைய மரபின்படி, "தலைக்கோல்" என்னுப் பட்டம், நடன மாதர்களுக்கு வழங்கியதைப் பற்றியும் கல்வெட்டுகள் சான்று தருகின்றன.

சோழர் காலத்தில், நடனம் பயிற்றுவிக்கப்பட்ட இடங்களாகக் கோயில்களும் தளிச்சேரியும் இருந்தமை கல்வெட்டுகளில் குறிக்கப்பட்டுள்ளன. கோயில்களில் திருச்சுற்று மாளிகைப் பகுதிகளிலும் மண்டபங்களிலும் ஆடல் பயிற்றுவிக்கப்பட்டது.

பல கோயில்களில், ஆடல் நிகழ்ச்சிகளை நடத்துவதற்கென்றே நாடகச் சாலைகளும் நிருத்த மண்டலங்களும் இருந்ததாகக் கல்வெட்டுகள் கூறுகின்றன.

(தகவல் : இரா. கலைக்கோவன், சோழர்கால ஆடற்கலை ப.46-47)
மூலம் : South Indian Inscription Vol. IV 5 : 612, 8 : 156)

நடனத்தைக் கற்றுக்கொடுக்கும் நடன ஆசிரியர்கள் இருந்தமையையும், அவர்களுக்குரிய தகுதிகளையும் சிலப்பதிகாரம் எடுத்தியம்புகிறது. அதன்பின், சோழர் கால கல்வெட்டுகளிலேயே நடன ஆசிரியர்களைப் பற்றிய செய்திகள் இடம் பெற்றுள்ளன. இன்று, நட்டுவனார் என்று அழைக்கப்படும், நடனம் கற்பிக்கும் நடன ஆசிரியர்கள் சோழர் கால மரபின் வழிவந்தவர்களே.

ஆடற்கலை வளர்த்த நடன ஆசிரியர்களைப் பற்றிப் பல கல்வெட்டுகள் எடுத்துரைக்கின்றன. அவற்றுள் இராஜராஜீசுவரத்துத் தளிச்சேரிக் கல்வெட்டுக் குறிப்பிடத்தக்கது. சோழமண்டலத்தின் பல்வேறு தளிச்சேரிகளிலிருந்து இக்கோயில் தளிச்சேரிக்கு வரவழைக்கப்பட்ட நானூறு ஆடற் பெண்களுக்கும் நட்டுவம் செய்வதற்காக ஏழு ஆடலாசிரியர்கள் பணியமர்த்தப்பட்டிருந்தனர்

(சோழர்கால ஆடற்கலை: ப.55)

சோழர் கால கல்வெட்டுகள், நட்டுவனார்கள் என அழைக்கப்பட்ட, நடன ஆசிரியர்கள் இருந்தமையையும், நடனம் பெற்றிருந்த செல்வாக்கையும், சிறப்பையும் வெளியிடுகின்றன.

நடனம் ஆடுபவர்களுக்குத் தலைக்கோல் வழங்கும் பழைய மரபைச் சிலப்பதிகாரம் சுட்டுகிறது. அம்மரபின் வழிமுறையைச் சோழர் காலத்திலும் பின்பற்றப்பட்டதைச் சோழர் காலக் கல்வெட்டுகள் குறிப்பிடுகின்றன.

திருவாரூர்த் தியாகராச சுவாமி கோயிலுள்ள மூன்று சோழர் காலக் கல்வெட்டுகள், அத்திருக்கோயிலில் பணியாற்றிய மூன்று தலைகோலியர் பற்றியத் தகவல்களைத் தருகின்றன

(தகவல் : இரா. கலைக்கோவலன், சோழற் கால ஆடற்கலை: ப. 60 மூலம்:
Source : South Indian Inscription Vol. IV. 17 : 593, 600, 606)

மேலும்,

திருவிடை மருதூர் திருக்கோயிலிலும் தலைக்கோலியர் பலராக இருந்து, ஆடற்கலையைப் புகட்டினர் என்றும், திருவையாறு அய்யாறப்பர் கோயில் வளாகத்திலுள்ள வட கைலாசலத்தில் பல தலைக்கோலியர் பணியாற்றினர் எனவும் திருவொற்றியூர் ஆதிபுரீசுவரர் கோயிலிலும் திருவாசி மாற்றுனர்வரதீசுவரர் கோயிலிலும் தலைகோலியர் பற்றியச் செய்திகள் புதிதாகக் கண்டறியப்பட்டுச் சோழர் கால கல்வெட்டுகள் மூலம் அறிய முடிகிறது.

(சோழர்கால ஆடற்கலை. ப.62)

எனவே, இளங்கோவடிகள் காலத்தில், பின்பற்றப்பட்டத் தலைக்கோல் மரபு, பிற்காலத்தில் சோழர் கால ஆட்சியின்போது மிகுந்த செல்வாக்குப் பெற்ற ஒன்றாகத் திகழ்ந்திருக்கிறது.

கோயில்களைச் சார்ந்து நடனம் ஆடியவர்களையும் போல, தனித்தனியாகவும் ஆடியவர்கள்.. "கூத்தர்.." என்று அழைக்கப்பட்டனர். இத்தகைய நடனக் கலைஞர்கள், கோயில் திருவிழாக்களில் பங்கேற்று நடனம் ஆடியுள்ளனர். மரபுவழிக் கலையாகத் தம் குடும்பங்களிலேயே இக்கலையை வளர்த்துள்ளனர்.

> சாந்திக்கூத்து, சாக்கைக் கூத்து, ஆரியக்கூத்து, தமிழ்க் கூத்து, கழாய்க் கூத்து எனப் பலவகைக் கூத்து வடிவங்களை நிகழ்ச்சிகளாக நடத்திப் பொருளீட்டு வாழ்ந்தனர். இவற்றை, ஆண், பெண் இருபாலரும் நிகழ்த்தினர். தந்தை - மகன், தாய் - மகள், மாமன் மைத்துனன், அண்ணன் தம்பிகள் என்று உறவின் முறையாகக் குடும்பம் முழுவதுமே, இக்கலைவகைகளை முறைப்படி பயின்று ஆடியதாகக் கல்வெட்டுகள் சான்றுரைக்கின்றன.

(சோழர்கால ஆடற்கலை ப.63)

மேற்குறிப்பிட்டச் சான்றுகள், சோழர் காலத்தில், மக்களிடம் மிகுந்த செல்வாக்குடைய ஒரு மக்கள் கலையாக நடனம் இருந்தது என்பதை நிரூபிக்கின்றன.

சோழர் காலத்தில், நடனம் ஆடுபவர்கள், நடன நிகழ்ச்சிக்காக ஒப்பனை செய்தமையையும், வகை வகையான அணிகலன்களை அணிந்தமையையும், சோழர் கால இலக்கியங்களும், சிற்பங்களும், கல்வெட்டுகளும் கூறுகின்றன.

சோழ அரசர், நடனத்திற்குக் கொடுத்த முக்கியத்துவத்திற்கு ஒரு சிறந்த எடுத்துக்காட்டாய்த் திகழ்வது, திருவாரூர் தியாகராயர் கோயிலுள்ள அணுக்கிப் பறவை நங்கையாரின் சிற்பம்.

(தகவல்: சி.எஸ். பொன்னுசாமி, தியாகராயர் கோயில், திருவாரூர், தமிழ் நாட்டுத் தொல் ஆய்வியல் நிறுவனம், 1972 ப.3)

ஒரு நடன மாதுக்குப் புகழ்மிகு திருவாரூர், தியாகராயன் கோயிலில், சிற்பம் ஒன்று அமைத்து சிறப்பு செய்தமை, சோழர் கால நடனக் கலையின் உயர்வும், நடனக் கலைக்கு மன்னர்கள் கொடுத்த ஆதரவுக்கும் ஊக்கத்திற்கும் ஒரு சிறந்த எடுத்துக்காட்டு.

எனவே, சங்கம் மருவிய காலத்திற்குப் பின்னர், இளங்கோவடிகளின் காலத்திற்குப் பின்னர், நடனக் கலையின் சிறப்புமிகு ஒரு காலமாகத் திகழ்ந்தது சோழர் காலமே.

11. நாயக்கர் காலம்

சோழருக்குப் பின்னர் ஆட்சிக்கு வந்த நாயக்கர் ஆட்சிக் காலத்தில், நடனக் கலை, சோழர் காலத்தளவுக்குச் சிறப்புற்றுத் திகழாவிட்டாலும், இன்றைக்கு நடைமுறையில் பின்பற்றப்படும் நடன மாதரின் ஒப்பனை, ஆடை, அணிகலன்கள், முதலியவற்றில் ஒரு மாற்றத்தைக் கொண்டு வந்தக் காலம் நாயக்கர் காலம். இம்மாற்றமே, இன்றைய நடன நிகழ்ச்சிகளில் நடைமுறையில் உள்ளது. சிறப்பு வாய்ந்த பதங்களும் நடனத்தில் நாயக்கர் காலத்தில் மக்களிடத்தில் செல்வாக்குப் பெற்றிருந்தன.

கலை உலகில், பாகவத மேளம் எனும் ஒரு புதிய மரபு நாயக்கர் காலத்தில் அறிமுகப்படுத்தப்பட்டது. இருபதாம் நூற்றாண்டில் மிகச் சிறப்புடன் திகழ்ந்த, குறவஞ்சி, நடன நாடகத்திற்கு அடிப்படை அமைத்தது பாகவத மேளமே.

நாயக்க மன்னர்களில், நடனத்திற்கு முக்கியத்துவம் கொடுத்து அதைப் பெருமைப்படுத்தி வளர்த்தவர் மன்னர் இரகுநாத நாயக்கரே

இரகுநாத நாயக்கர், ஆட்சிக் காலம், கலைகளின் பொற்காலம் எனலாம். கலைகளின் தாயகமாகத் தஞ்சையை மாற்றிய பெருமை இவரையே சாரும்

(தமிழர் நடனக் கலை, ப.197)

அரசர் இரகுநாத நாயக்கர் தாளவகைகளை அறிமுகப்படுத்தினார். இந்தத் தாள வகைகள், இன்றைய நடன நிகழ்ச்சிகளில் இடம்பெற்றுள்ளன.

> நாயக்கர் காலத்தில் இசையும் நடனமும் இணைந்து செயல்பட்டக் குழு சங்கீத மேளம் என்று அழைக்கப்பட்டது

(தகவல்: சுபாசினி பத்மநாதன், Tamil Sang Nayakka Civca, Daily News. Sri Lanka, 15th May 2013)

இன்றைய மேடை நடனங்களில் பின்பற்றப்படும் நடன மரபிற்குப் நாயக்கர்கள் பெரும்பங்களிப்பு அளித்தனர்.

12. மராத்தியர் காலம்

நாயக்கர் ஆட்சி காலத்திற்குப் பின்னர், தமிழகத்தில் ஆட்சிக்கு வந்த மராத்தியர் காலத்திலும், தொடர்ந்து மக்கள் மத்தியில் நடனம் செல்வாக்குப் பெற்றது. அரசர்கள் நடனக் கலையைப் பெரிதும் விரும்பி, ஆதரித்து, நடனம் ஆடுபவர்களை, ஊக்குவித்தனர். ஊதியமும், குடியிருப்புகளும் வழங்கினர். சிறப்பு வாய்ந்த நடனமாடுபவர்கள், அரசர்கள் அரங்கத்திலும், விழாக்களிலும் பங்குபெறும் அரிய வாய்ப்புகளைப் பெற்றனர்.

நாட்டிய நாடகமாக மக்களிடையே இன்றுவரையில் சிறப்புடன் திகழும் குறவஞ்சியை, மன்னர்கள் ஆதரித்து வளர்த்தனர்.

> மராட்டியர்கள் கவனம் செலுத்திய ஒரு நடன நாடகம் குறவஞ்சி. இயல், இசை, நாடகம் எனும் முத்தமிழால் உருவான குறவஞ்சி, மண்ணின் சிறப்பையும், பாமர மக்களுக்குப் பக்தி, இறைவழிபாடு போன்றவைகளை உருவாக்குவதற்கும் எழுதப்பட்டவை

(தமிழர் நடன வரலாறு ப.197)

மேலும், பாகவத மேளம் எனும் நடன நாடகத்தையும் மராத்திய மன்னர்கள், ஊக்குவித்து, வளர்த்து, அதை மக்கள் மத்தியில் செல்வாக்குப் பெற்ற ஒரு கலையாக உருவாக்கினார்கள். இன்று வரையிலும் அது ஒரு சிறந்த கலையாகத் திகழ்கிறது .

பொதுவாக, ஆட்சி செய்யும் மன்னர்கள் கலைகளை ஆதரிப்பர், பாராட்டுவர், உதவிகள் செய்வர். ஆனால் மராத்திய மன்னர்கள், நடனத்தின் மீது தாம் கொண்ட, பற்றாலும் ஈடுபாட்டாலும், அதைப்பற்றி ஆய்வு செய்யவும் முற்பட்டனர். மன்னர் சகாஜி தம் நடனம் பற்றிய ஆய்வின் மூலம் பல பதங்களைக் கண்டுபிடித்துள்ளார். சரபோஜி மன்னர் நிருபணம் எனும் நாட்டிய வகையை உருவாக்கியுள்ளார்.

> மன்னர் சகாஜி நாட்டியத்திற்கு என்றே, 42 பதங்களைப் புனைந்துள்ளார். சரபோஜி மன்னர், நிரூபணம் எனும்

நாட்டிய வகையைத் தோற்றுவித்தார். கதையின் கருவை விரிவாக விளக்கி உரைப்பதே நிரூபணம்

(மேற்படி ப.193)

நடனத்தைப் பற்றி, மேலும் ஆய்வு செய்த மன்னர் துளஜா என்பவர்.

இசையையும் நடனத்தையும் பற்றிச் 'சங்கீத சாராமிர்தம்' எனும் தலைப்பில், மன்னர் துளஜா ஆய்வு செய்து, பல அடவுகளை உருவாக்கினார். அவை இன்றளவும் பயன்பாட்டில் உள்ளன. *(தகவல்: சுபாசினி பத்ம நாதன், அருங்கலை ஆடற்கலை*

ப.27.www.noolagam.org)

மேலும், 'நாட்ச்', 'யட்சகானம்' எனும் புதிய வகைகளையும் நடனத்தில் அறிமுகப்படுத்தப்பட்டன.

மராட்டர் காலத்தில் நடன வடிவங்கள் பழமையின் அடிப்படையை நன்கு உள்வாங்கிப் பல புதிய நடன நாட்டிய நாடகங்கள் வளர வாய்ப்பளித்தனர்.

(தமிழர் நடன வரலாறு - ப.195)

பொதுவாக, மராத்தியர் ஆட்சிக் காலத்தில், இதற்கு முந்திய ஆட்சியில் இல்லாத வகையில், ஆட்சி புரிந்த மன்னர்களே, நடனத்தின் மீது தமக்கிருந்த ஈடுபாட்டால், அதை நன்கு ஆய்ந்து, நடனத்திற்கானப் பல புதிய நெறிமுறைகளை உருவாக்கி நடனக் கலையை வளப்படுத்தினர்.

13. பக்தி இயக்கமும் நடனமும்

தமிழகத்தில், களப்பிரர் காலத்தில் செல்வாக்கு மிகுந்த சமயங்களாக இருந்தவை சமணமும் பௌத்தமும். பின்னர், பல்லவர் ஆட்சிக் காலத்தில், அரசர்களின் ஆதரவால், சைவமும் வைணவமும் தழைத்தன. சைவ நாயன்மார்கள் 63 பேராலும் வைண ஆழ்வார்கள் 12 பேராலும் பக்தி இயக்கம் தமிழகத்தில் பெருமளவில் வளர்ந்தது. இவர்களால், தமிழ் இலக்கியமும் கலையும் மக்கள் மத்தியில் பரப்பப்பட்டுச் செல்வாக்கும் பெற்றன. பக்தி இயக்கத்தால், தமிழ் இலக்கியம் வளம் பெற்றது. தமிழர்களின் கலைகளும் குறிப்பாகக் கவின் கலைகளாகிய இசையும் நடனமும் மேம்பாடடைந்தன. சைவர்களும் வைணவர்களும் தம்தம் சமயங்களைப் பரப்புவதற்கு உரிய ஊடகமாக இசையையும் நடனத்தையும் பயன்படுத்தினர்.

சீவகச் சிந்தாமணி எனும் காப்பியத் தலைவனாகிய சீவகன். ஒரு நடனம் ஆடுபவனாகக் காட்டப்படுகிறான், சிவபெருமானின் பல்வேறு வகைப்பட்ட நடனத்தைப் பற்றித் தேவாரமும் திருமந்திரமும் குறிப்பிடுகின்றன. நாலாயிரத் திவ்ய பிரபந்தம், இறைவனின் நடனங்கள் பலவற்றைக் கூறுகின்றது. நடனத்தின் பல்வேறு வகையான நிலைப்பாடுகளையும் தன்மைகளையும் திருப்புகழ் எடுத்துரைக்கிறது.

> பாண்டரங்கம், கொடுகொட்டி, முதலிய ஆடல்களைச் சிவபெருமான் ஆடியதாகக் கூறுவர். திருமால், மல்லாடல், குடக்கூத்து, முதலிய கூத்துக்களை நிகழ்த்தினார். இறைவன் நிகழ்த்தும் கலையாக ஆடற்கலை உயர்ந்தது. ஆனந்த கூத்தர், கூத்தபிரான், நடன சபாபதி என்றெல்லாம் இறைவனை ஆடற்கலையோடு இணைத்து அக்கலைக்குப் பெருமை சேர்த்தனர். சொக்கம், நிருத்தம் ஆகிய ஆடல்களைச் சிவபெருமான் ஆடியதாகக் கூறுவர். இவற்றை முறையே சுத்த நிருத்தம், அவிநயக் கூத்து என்பர்.

(இ. சுந்தரமூர்த்தி, மதிப்புரை. தமிழர் நடன வரலாறு ப.XXI)

வழிப்பாட்டுத் தலங்களாகத் திகழ்ந்த கோயில்கள், இசை, நடனம் ஆகியவற்றின் கலைக் கூடமாகக் காட்சியளித்தன. மேலும், அக்கலைகள் குறிப்பாக நடனக் கலை வளர்ச்சி பெறுவதற்குரிய வாயிலாகக் கோயில்கள் விளங்கின.

> ஆடல் நடந்த இடம், ஆடம்பலம் என்றும், அரங்கமென்றும் குறிக்கப்பட்டது. அரங்குகளில் ஆடிய பெண்கள் அரங்கியல் மகளிர் என்றே அழைக்கப்பட்டனர். பல்லவர், பாண்டியர் காலத்தில் தனிக் கூத்தியாகவும் தனிப்பரிவாரத்துள் அடங்கியவராகவும் கோயில்களில் பணியமர்ந்தனர் ஆடற் மகளிர் .

(சோழர் கால ஆடற்கலை : ப.243)

முன்பு எப்பொழுதும் இல்லாத வகையில், தமிழகம் முழுவதும் நாயன்மார்களாலும், ஆழ்வார்களாலும் பக்தி இயக்கம் பரவிச் செல்வாக்குப்பெற்றது. இதனால் கோயில்கள் பெருகின. அரசர்களையும் செல்வந்தர்களையும் நாடி வளர்ந்த கலைகள், பக்திக் காலமானப் பல்லவர், பாண்டியர் காலத்தில் கோயில்களை நோக்கி ஈர்க்கப்பட்டனர். இசைக்கலையும், நடனக்கலையும் கோயில்களில் குடி புகுந்தன.

> சங்க கால ஆடற்கலைஞன் பக்தி இலக்கியக் காலத்தில் இறை பெயருக்குரியவனானான். ஆடும் அம்பலங்கள் பல தோன்றின. ஆடிய கரண நிலைகள் சிலைகளில் வடிவமைக்கப் பெற்றன. தூரிகைகளால், இறைவன் ஒளிமயமாக்கப்பட்டான்; இறைவழிபாட்டில் ஆடற்கலை ஒரு முக்கிய இடத்தைப் பெற்றது

(தஞ்சை தந்த ஆடற்கலை ப.3)

இறைவன், "ஆட வல்லான்", "நடராசர்", "அம்பலக் கூத்தர்", "அம்பலவாணர்", "கூத்தபிரான்", ''கனக சபாபதி', ''சபா நாயகர்" என்ற பெயர்களால் அழைக்கப்பட்டார். ஒருவகையில் இப்பெயர்கள் இறைவனையும் நடனத்தையும் தொடர்புப்படுத்தும் வகையில் அமைந்துள்ளன எனலாம். மேலும் நடராசரின் சிற்பத் தோற்றம் இந்து சமயத்தின் தத்துவ விளக்கமாகத் திகழ்கிறது என்றும் கூறுவர்.

> சிவபெருமான் இலங்க மூர்த்தியாக வழிபடும் முறை, இந்தியா முழுமையிலும் காணப்படினும் நடன வடிவில்

> வழிபடும் முறை தமிழ்நாட்டிற்கே உரியதாகும். சைவத் திருமுறைகளிலும் சிவனின் ஆடல் பற்றிய செய்திகள் ஏராளம்.

(தஞ்சை தந்த ஆடற்கலை ப. 35)

சிதம்பரத்திலுள்ள நடராசர் கோயில், இன்றளவும் நடனக் கலைக்குரிய ஒரு சிறப்பிடமாகக் கருதப்படுகிறது. இங்குள்ள இறைவன், "கூத்தன்" என்று அழைக்கப்படுகிறார். தில்லை நடராசர் என்பது நடனங்களின் அரசர் (நடன+அரசர்›நடராசர்) என்று போற்றப்படுகிறார்; சிவபெருமானின் நடனச் சிற்பங்களின் பிறப்பிடமாகத் சிதம்பரம் கருதப்படுகிறது. சிதம்பரத்திலுள்ள சிற்பங்கள் நடனக் கருவூலங்களாகக் காட்சியளிக்கின்றன.

> சிற்றலம்பத்தில் எழுந்தருளிய இறைவன், ஆடல் கலையின் தெய்வமான ஆடல்வல்லான் ஆவார். இவர், ஆடற்கலையின் இறையாகவும், குருவாகவும், திருவாசகத்தின் உட்பொருளாகவும் விளங்குகிறார். இவர் ஆடும் ஆண்டவத் தாண்டவ மூர்த்தம், தமிழர் கண்டுணர்ந்த ஆடற்கலையின் அனைத்து அபிநயங்களும் பொதிந்த கலை வடிவமாகும். கலைத்தெய்வமான இவ்விறையை, ஆடற் கலை மூலம், தமிழர் மட்டுமல்ல, மொழி, இனம், நாடு எல்லை கடந்து வழிபட்டு வருகின்றனர். ஆண்டுதோறும் மாசி மாதத்தில் வரும் சிவராத்திரி வழிபாட்டை முன்னிட்டு, நாட்டியக் கலை விழாக்கள், சிவாலயங்களில் நடைபெற்று வருகின்றன.

(மேற்படி : ப.1),

நடனம் கோயில்களில் எத்தகைய சிறப்பு நிலையைப் பெற்றிருந்தது என்பதற்கு இவை சான்று பகர்கின்றன.

கோயில் விழாக்களிலும் நடனம் ஒரு சிறந்த இடத்தைப் பெற்றிருந்தது. கோயில் விழாக்கள் நடத்துவதில், தமிழ் நாட்டில் மிகவும் புகழ்பெற்றத் திருக்கோயில் திருவாரூர் தியாகராசர் கோயில். இங்கு, ஆண்டுதோறும் பங்குனி மாதத்தில், 27 நாள்கள் கோயில் திருவிழா நடைபெறும். அவ்விழாக் காலத்தில், நடனம் ஆடுபவர்களுக்கு, மிகவும் முக்கிய பங்கு கொடுக்கப்பட்டது. அவர்கள்? கோயிலின் முன்னாலும், உலா வரும் தேர்களின் முன்னாலும் நடனமாடி மக்களை மகிழ்விப்பதோடு, கோயிலின் வழிபாட்டுச் சடங்குகளிலும் பங்குபெற்றனர்.

தேர் நான்கு வீதிகளிலும் உலாவரும்போது, அதன் முன்னால், நடனம் ஆடுபவர்கள், நான்கு தெருக்கள் சந்திக்கும் சந்திப்புக்களில் சிறப்பு நடனங்கள் ஆடுவர். தேர் கோயிலை அடைந்ததும், அதன் முன்னால், நடனம் ஆடும் நடன மாதர், பக்தர்களுக்குப் பிரசாதமும் வழங்கினர். கோயில்களில் நடனம் ஆடுபவர்களுக்கென்றே தனி இடங்கள் ஒதுக்கப்பட்டன.

பங்குனி விழாக் காலத்தில், முழு நிலா அன்று இரவு முழுவதும் நடனமாடினர்.

ஒவ்வொரு கோயில்களிலும் ஒவ்வொருவிதமான நடனங்களை ஆடினர். எடுத்துக்காட்டாக, திக்கரவாசல் கோயிலில் ஆடும் நடனம், "குக்குரு நடனம்' என்று அழைக்கப்பட்டது. இந்த நடன நிகழ்ச்சியில், நடனம் ஆடுபவர்கள், பறவைகள், தானியத்தையோ, நெல்லையோ, கொத்தி எடுப்பது போல் பாவனை செய்து நடனம் ஆடுவர்.

(தகவல் - எஸ். பழனியப்பன், 23-வது தலைமுறை நாதசுவர வித்வான், திருவாரூர்)

எனவே, பக்தி இயக்க காலத்தில் நடனக் கலை மிகுந்த செல்வாக்குடன் சிறப்புற்றுத் திகழ்ந்தது என்று அறிய முடிகிறது.

14. நடனக் கலைக்குத் தஞ்சை நால்வரின் பங்களிப்பு

மராட்டியர் காலத்தில், கி.பி. 19-ஆம் நூற்றாண்டில் வாழ்ந்த, சின்னையா, பொன்னையா, சிவானந்தம், வடிவேலு ஆகியோர் " தஞ்சைநால்வர்" என்று அழைக்கப்படுபவர். இவர்கள் நால்வரும், சகோதரர்கள். நடனக்கலையிலும், இசைக்கலையிலும் ஆற்றல் வாய்ந்தவர்கள். தமிழரின் தற்கால நடனக்கலைக்குத் தஞ்சை நால்வரின் பங்களிப்பு மகத்தானது. தமிழரின் நடனம் 'கூத்து' என்று அழைக்கப்பட்டப் பண்டைய காலத்திலிருந்து, ஆண்ட மன்னர்களின் ஆதரவு பெற்றுச் சிறப்புற்றுத் திகழ்ந்தது என்பதை அறிவோம். அதைப்போல, தஞ்சையை ஆண்ட மராட்டிய மன்னர் சரபோஜியின் ஆதரவு பெற்றுத் தமிழர் நடனக் கலையைத் தஞ்சைநால்வரும் வளர்த்துப் புத்துயிர் ஊட்டினர்.

இந்நால்வர்களுள், வடிவேலு, சரபோஜி மன்னனின் அரசவை இராச ஆசானாக நியமிக்கப்பட்டிருந்தார். இந்நால்வரும் நடனம் ஆடுகின்ற பரம்பரையைச் சார்ந்தவர்கள். இசை நுணுக்கம் தாளம், நடனம் முதலியவற்றில் மிகவும் தேர்ச்சி பெற்றவர்கள்.

இந்நால்வர்களின் கவின்கலைப் புலமையும், கலை ஆர்வமும் ஆற்றலும் நடனக் கலையின் பழமை கெடாமல் புதுமையைப் புகுத்த உதவியது. பழைய மரபைச் சார்ந்த, தட்டடவு, நாட்டடவு, சறுக்கல் அடவு எனும் அடவு வகைகளை நெறிப்படுத்தினார்கள். அடவுகளுக்கு இலக்கணம் வகுத்தனர்.

சிலப்பதிகாரக் காலத்தில், நடன ஆசிரியர்கள், “ஆடல் ஆசான்கள்” என்று அழைக்கப்பட்டனர். அவர்கள், அகக்கூத்தும் புறக்கூத்தும் அறிந்தவர்களாக இருக்கவேண்டும், அவையே அவர்களுக்குரிய தகுதியாகும். அந்தப் பாரம்பரிய மரபில், தஞ்சை நால்வர்களும் நடனத்திற்கு உதவும் இசையும், நடனத்தின்

அடித்தளமான அடவுகளின் இலக்கணமும், நடன நிகழ்ச்சிகளைக் கோர்வைப்படுத்தும் (Choreographers) திறனும் தகுதிகளாகப் பெற்ற நடன ஆசான்களாகத் திகழ்ந்தனர். சரபோஜி மன்னர் கொடுத்த ஊக்கத்தாலும், ஆதரவாலும் நடனத்திற்குப் புத்துயிர் ஊட்டினர்.

> நால்வர்கள் காலத்தில் நடனமாதர்களே இருந்தனர். பெண்கள் மட்டுமல்லாது ஆண்களும் நடனமாடலாம் என்ற முறையை, முதன் முதலில் அறிமுகப்படுத்தியவர் சிவானந்தம் அவர்களே.

(தொன்மை சதிரும் நவீன பரதமும். ப.44)

கோயில்களிலும், அரண்மலைகளிலும் ஆடிய நடன நிகழ்ச்சியைப் பொது மேடைக்குரிய நிகழ்ச்சியாக மாற்றி அமைத்தவர்கள். இவர்கள், தஞ்சை மராத்திய மன்னர் திருவனந்தபுரம் மன்னர், மைசூர் மன்னர் ஆகியோரின் ஆதரவைப் பெற்றவர்கள். அதனால், மேடை நடன முறையை இந்தியாவின் தென் மாநிலங்களில் பரவச் செய்த பெருமைக்குரியவர்கள்.

தஞ்சை நால்வர்களின் நடன ஈடுபாட்டையும், ஆற்றலையும், அறிவையும் அறிந்த மலையாள நாட்டு மன்னர் சுவாதி திருநாள், வடிவேலுவை, அரசவை வித்வானாக நியமித்தார். அப்பொழுது கேரளாவில் மோகினி ஆட்டம் எனும் ஒரு புதிய நடன நிகழ்ச்சியை வடிவேலு உருவாக்கினார். மன்னரின் ஆசியாலும் ஆதரவாலும் உருவாக்கப்பட்ட மோகினி ஆட்டத்தில்தான் பெண்கள் நடனத்தில் பங்கேற்கும் புதிய மரபும் திருப்பமும் கேரளாவில் ஏற்பட்டது. அதுவரையிலும் ஆண்களே பங்கேற்கும் கதகளியே அங்குப் பாரம்பரியமாக நடத்தப்படும் நடன நிகழ்ச்சியாக இருந்து வந்தது.

இன்றைய நடனமுறையில் அரங்கங்களில் ஆடப்படும் தமிழர் நடனக் கச்சேரிக்கு (Concert) முதல் முறையாக வழிவகுத்தவர்களும் இவர்களே. நடனத்தில் அலாரிப்பு, கூத்துவம், வர்ணம், பதம், ஜாவளி, தில்லானா என நடனத்திற்கு வடிவங்களை அமைத்தனர். இதையே, இன்றும் ' மார்கம்' என்று கடைபிடிக்கின்றனர். இதனால், கோவில்களிலும், மன்னரின் அரச அவைகளிலும் ஆடப்பட்டச் 'சதிர்' எனும் ஆட்டத்தை, மேடையில் அரங்கேற்றியவர்களும் தஞ்சை நால்வர்களே. மேலும் நடனத்திற்காக ஏராளமானப் பாடல்களும் சொற்கட்டுகளும் எழுதியுள்ளனர்.

அலாரிப்பு, கௌத்துவம், வர்ணம், பதம், தில்லானா எனும் நடன அமைப்புகளுக்குப் பாடல்களையும் அவற்றிற்கானத் தாள அமைப்புகளையும், சொற் கட்டுகளையும், இந்நால்வரும் இயற்றினார்கள்.

தமிழர்களின் நடன வரலாற்றில், புதுமையையும், வளமையையும் ஏற்படுத்தி, ஒரு புத்துணர்வை ஏற்படுத்தியவர் தஞ்சை நால்வர்களே.

தமிழர் நடன வரலாற்றில், நட்டுவனார்களின் பங்கு மகத்தானது. நாட்டிய ஆசான்களேதான் நடனத்தின் ஆணிவேர். நடனப் பயிற்சி, தாளம், இசை அறிவு, பாடலியற்றும் ஆற்றல், கற்பிக்குத்திறன், நிகழ்ச்சிகளை முறைப்படுத்திச் செயல்படுத்தல் எனும் பல்திறன்களைக் கொண்டவர்களே - நாட்டியப் பேராசான்கள் என்று அழைக்கப்பட்டனர். சிலப்பதிகார அரங்கேற்றுக்காதையில் நடன ஆசான்களின் தகுதிகளும் ஆற்றலும் கூறப்பட்டன. வழிவழியாக வந்த நடன ஆசான்களின் தொடர்ச்சி, தஞ்சை நால்வர்களின் வாயிலாக மேலும் சிறப்புற்றன. அண்மைக்காலம் வரையிலும், நட்டுவனார்கள் என அழைக்கப்படும் ஆடல் ஆசான்களைத் தமிழகத்திற்கு வழங்கிய பெருமை தஞ்சைக்கே உண்டு. அதற்கு அடிப்படை அமைத்தவர்கள் தஞ்சை நால்வர்களே. அவ்வழியில் நாட்டி ஆசான்களின் திறமைகளால் வடுவூரார் பாணி, குத்தாலம் பாணி எனப் பலப்பாணிகள் உருவாகியுள்ளன. இவர்களால், தமிழ் நடனம் மீட்டுருவம் பெற்றுப் புது வாழ்வை அடைந்தது. தமிழர் நடன வரலாற்றில் தஞ்சை நால்வரின் பங்களிப்பு மகத்தானது.

15. ஐரோப்பியர் காலம்

மராத்தியர் காலம் வரையிலும் ஆட்சி செய்த மன்னர்களால் ஆதரிக்கப்பட்ட நடனக்கலை, ஐரோப்பியர் காலத்தில் ஆட்சியாளர்களால் ஊக்குவிக்கப்படாமல் புறக்கணிக்கப்பட்டது. செல்வந்தர்களாகிய நிலப்பிரபுக்களையே நம்பி, வாழ்வு நடத்த வேண்டிய கட்டாயச் சூழல், நடனம் ஆடுபவர்களுக்கு ஏற்பட்டது. அதுவும், அவர்களது விழாக்களில் மட்டும் பங்கு பெற்று, ஊதியம் பெற்று வாழும் சூழல் உருவானது.

சுய விளம்பரத்திற்காகவும் பெருமைக்காகவும் நடத்தப்பட்ட விழாக்களின் வாயிலாக, நடனக்கலையின் அருமை தெரிந்து அதைப் பாதுகாத்து வளர்க்கும் நிலை இல்லை. கோயில்களை நம்பி, கோயில்களில் ஆடி வாழ்ந்த நடன மாதர்களின் வாழ்க்கையும், அவர்களால் காப்பாற்றப்பட்டு வந்த நடன கலையும் பெருமளவில் பாதிப்புக்குள் ஆனது. கோயில்கள் வழியாகக் கிடைத்த ஊதியமும் நிறுத்தப்பட்டது. மேலும், கோயில்களில் ஆடிய நடனம், 'தாசிகள் ஆட்டம்' எனத் தீண்டத்தகாத ஆட்டமாக ஒட்டுமொத்தச் சமுதாயத்தினரால் ஒதுக்கப்பட்டது. நடனம் ஆடி, வாழ்வு நடத்தி வந்த நடன மாதர்கள் வறுமையில் உழன்றனர்.

ஐரோப்பியர் காலத்தில், மேலைக் கல்வியும், மேலை நாட்டாரால் ஏற்பட்ட விழிப்புணர்ச்சியும், இந்தியச் சமுதாயத்தில், குறிப்பாகத் தமிழகத்தில் ஏற்பட்டன. டாக்டர். முத்துலட்சுமி ரெட்டி, அன்னிபெசன்ட் ஆகியோரின் அரும்பெரும் முயற்சியால், கோயில்களில் அடிமைகளாக வாழ்வு நடத்தி வந்த, தேவதாசிகள் என்று அழைக்கப்பட்டு வந்த, நடன மாதர்களுக்குக் கல்வி வழங்கி அவர்கள் வாழ்வை மேம்படுத்த, பல முயற்சிகளைச் செய்தனர். அதன்விளைவாக, 1947-இல், தேவதாசி ஒழிப்புச் சட்டம் நிறைவேற்றப்பட்டது.

தமிழர் நடனக்கலையின் பாரம்பரிய பெருமைகளையும் தனித்தன்மைகளையும், மக்களிடம் குறிப்பாகக் கற்ற நடுத்தர மக்களிடம் எடுத்துரைத்து, அக்கலையைப் பற்றிய ஒரு

விழிப்புணர்ச்சியை ஏற்படுத்தியவர் ஈ. கிருஷ்ண ஐயர். டாக்டர் முத்துலட்சுமி ரெட்டி, தாசி ஆட்டம், என்றும் தேவதாசிகள் என்றும் ஒதுக்கப்பட்டு, தீண்டத்தகாதவர்கள் என்று புறக்கணிக்கப்பட்ட, நடன மாதர்களை அச்சூழலிலிருந்து மீட்டு, அவர்களுக்குப் புது வாழ்வும், புத்துணர்ச்சியும் ஏற்படுத்த முயன்றார். நடன மாதர்களின், அன்றைய வாழ்வாதாரமாகப் பல தலைமுறைகளாகப் பாதுகாக்கப்பட்ட, நடனத்தைக் காப்பாற்றி, அதை, மக்களிடையே பிரபலமாக்கி, அதை வளர்க்க முயற்சி செய்தார். இவ் இருவர்களது முயற்சியால், தமிழர்களின் பழம் பெருமை வாய்ந்த நடனக்கலைக்கு, ஒரு புதிய அத்தியாயம் தொடங்கப்பட்டதோடு, தேவதாசிகள் என ஒதுக்கப்பட்டச் சமுதாயத்தைச் சார்ந்தவர், அக்கலையைப் பிறருக்குச் சொல்லிக் கொடுக்கும் நடன ஆசான்களாகவும் அதைப்பாதுகாத்து வளரக்கும் கலைஞர்களாகவும் திகழ ஒரு புதிய வாய்ப்பு ஏற்பட்டது.

சமூகம்-கலை என்ற இரண்டின் மீதும், இவ்விருவரும் கொண்ட ஈடுபாடும் அக்கறையும், அவர்கள் மேற்கொண்ட முயற்சிகளும், செயல்பாடுகளும், ஒதுக்கப்பட்ட ஓர் இனம், சமூகப் பாதுகாப்புடன் மேம்படவும் தமிழர்களின் பாரம்பரியச் சொத்தாகிய நடனம், பொதுமக்களிடம், குறிப்பாகக் கற்ற மக்கள் மத்தியில், அதன் அருமை தெரிந்து, செல்வாக்குப் பெற்று வளரவும் வழிகோலின.

இப்புதிய சூழலில், தஞ்சாவூர், திருவாரூர் பகுதிகளில் வாழ்ந்து வந்த நடன - இசைக் கலைஞர்கள், சென்னைக்குக் குடியேறினர். அங்கு அவர்கள், அக்கலைகளில் தம்மை ஈடுபடுத்தியதோடு, பொது மக்களிடமும் பரப்பிப் புகழ் பெற்றனர். மிகவும் புகழ்பெற்ற வீணை தனம்பாள், வழுவூர் குடும்பம், தண்டபாணி பிள்ளை அவர்களது குடும்பம் போன்ற, பல குடும்பங்கள் சென்னைக்குக் குடிபெயர்ந்து, நடனக் கலையையும், இசைக் கலையையும் பிறருக்குக் கற்றுக்கொடுத்து, தாமும் அதில் பங்கு பெற்றுத் தமிழர்களின் பழம்பெரும் கலைகளைப் பரப்பி நிலைநிறுத்தினர். தஞ்சாவூர் பால சரசுவதி சென்னையில் மட்டுமல்ல, உலகளாவிய நிலையிலும் இக்கலைகளைப் பரப்பி, தானும் பெருமை பெற்றுத் தமிழுக்கும் பெருமை சேர்த்தார். மேலும், ஒரு குறிப்பிட்டக் காலச் சூழலில் புறக்கணிக்கப்பட்டிருந்த இக்கலையை, மேல்தட்டு மக்களும் கற்றவர்களும் கற்று, அதில் ஈடுபடும் ஒரு புதிய சூழ்நிலை ஏற்பட்டது. இதன் விளைவாக, இக்கலையால்

ஈர்க்கப்பட்டவர் ருக்மணி அருண்டேல் அவர்கள், குரு சீடர் என்ற நிலையிலிருந்த நடனக் கலையை நிறுவனப்படுத்தியவர் ருக்மணி அருண்டேல். தனது முயற்சியால், நடுவண் அரசின் நிதி உதவி பெற்றுக் கலாகேத்திரா எனும் ஒரு கல்வி நிறுவனத்தை உருவாக்கினார். இன்று, இங்கு, இந்தியாவிலிருந்து மட்டுமல்ல, அயல் நாடுகளிலிருந்தும் மாணவர்கள் வந்து நடனத்தைக் கற்கின்றனர்.

16. கோயில் நடனமாதர்

சங்க காலம் முதல் சங்கம் மருவிய காலம் வரையிலும் கூத்தியர், ஆடுமகள், ஆடுநர், கோடியர், சென்னியர், விறலியர், வயிரியர், கணிகையர் என அழைக்கப்பட்ட, பெண் ஆடற் கலைஞர்கள், ஊர் ஊராகச் சென்று ஆடியும் பாடியும் வாழ்ந்தனர். சடங்குகளிலும், விழாக்களிலும், அரசனை வாழ்த்துவதிலும், அரசவை நிகழ்ச்சிகளிலும் கலந்து கொண்டும் ஆடினர். மன்னர்களாலும், குறுநில மன்னர்களாலும், நிலவுடைமையாளர்களாலும் ஆதரிக்கப் பெற்றுத் தாமும் வாழ்ந்து, தாம் ஈடுபாடு கொண்ட ஆடல் பாடல் கலைகளையும் வளர்த்தனர். ஆனால், பிற்காலத்தில், பல்லவர், பாண்டியர், நாயக்கர், சோழர், மராத்தியர் என்போர் ஆட்சிகாலத்தில், அரசர்களாலும், ஆதரிக்கப்பெற்றுக் கோயில் நிகழ்ச்சிகளிலும் பங்கேற்றும் கோயில்களில் குடிபெயர்ந்தும் வாழ்ந்தனர்.

> ஆடற்கலை தமிழகத்தில் இறை வழிபாட்டுக் கலையாகத் திகழ்ந்தது, தமிழக கோயில்களில் ஆடற்கலை வழிபாட்டிற்கு, நாட்டிய ஆசிரியர்களும், தளிச்சேரிப் பெண்டுகளும், அமர்த்தப்பட்டனர். இவர்களுக்குக் கௌரவமான ஊதியமும் வழங்கப்பட்டது. இதனால் இவர்கள், ஆலையத் தொண்டையே பெருந்தொண்டாக ஆற்றி வந்தனர்.

(இந்தியப் பண்பாட்டுத் தூதுவர்கள் தமிழ் நாட்டிய ஆசிரியர்கள் ப.62)

இக்காலக்கட்டத்தில், நடனம், சதிராட்டம் என்றும் தாசியாட்டம் என்றும் அழைக்கப்பட்டது. நடனம் ஆடுபவர் தாசிகள் அல்லது தேவதாசிகள் தேவாடியார் என்றும் அழைக்கப்பட்டனர்.

இறைவனுக்கு (தேவர்க்கு) அடிமை பூண்டொழுகியதால், தேவரடியார் என்று பெயர் பெற்றனர்

(தொன்மை சதிரும் நவீன பரதமும் ப.37)

தேவரடியார்கள், தம் ஐந்தாம் வயதில், நடனம் கற்றுக் கொள்ளத் தொடங்குகின்றனர். இவர்களது நடனக் கலை, குருகுல முறையில் கற்பிக்கப்பட்டது

தேவரடியார்களுக்கு நாட்டியம் கற்பித்துக்கொடுக்கும் அறைக்கு, சிலம்பக்கூடம் என்று பெயர். பொதுவாக, விசயதசமியன்று புதிய மாணவர்களுக்கு நாட்டியம் கற்பிக்கத் தொடங்குவது வழக்கம். அன்று, சிலம்பக் கூடத்தில் சதுரமாக நெல் பரப்பி, நாட்டியம் கற்றுக் கொள்ளப்போகும் மாணவியை, அதில் நாட்டியத் தொடக்க முறைக்கேற்ப, அரமண்டியில் நிற்க வைப்பர். பட்டுத் துணியால் (அங்கவஸ்திரம்) சுற்றியிருக்கும் கோலைப் (தண்டியம்) பூசை செய்து, கையில் கொடுப்பர். அக்கோலை, நாட்டியம் கற்றுத் தேர்ந்த சற்று வயது முதிர்ந்த தேவரடியார்கள் இருவர், இருபுறமும் பிடித்துக் கொண்டு, மாணவியின் கையைக் கோலின் நடுவே பிடித்து வைத்து, குரு முதல் அடவை, மாணவியின் காலைப் பிடித்து, 'தெய்யா தெய்' என்று அழுத்தமாக நெல்லின் மேல் அடித்துக் கற்றுக் கொடுப்பர்

(இந்தியப் பண்பாட்டுத் தூதுவர்கள் தமிழ் நாட்டிய ஆசிரியர்கள் ப.25)

இவ்வாறு, நடனத்தைக் கற்றுக் கொண்ட பின்னர், குறிப்பிட்ட வயதில், பொட்டுக் கட்டும் நிகழ்ச்சி ஒன்றும் நடைபெறுகிறது. அதை, ஒரு விழாவாகக் கொண்டாடுகின்றனர்.

தேவரடியார் குடும்பத்தில் பிறந்த பெண், நடனம் அல்லது இசை அல்லது இரண்டிலும் நன்குத் தேர்ச்சிப் பெற்று, இறைவனிடம் தன்னை அர்பணித்துக்கொள்ளத் தன் முழு விருப்பத்துடன் முடிவு செய்தோ, அல்லது குடும்பத்தினர் விருப்பத்தின்படியோ, 'பொட்டு' எனப்படும் தாலியைத் தன் கழுத்தில் கட்டிக் கொள்வதைப் 'பொட்டுக் கட்டும் முறை' என்பர்.

(தகவல்: சுவாமிநாத பிள்ளை. நடனக் குரு. வயது 85. மேற்கோள் : தொன்மைச் சதிரும் நவீன பரதமும் ப. 26)

தேவரடியார்கள் கோயில்களிலிருந்து நிதி உதவி பெற்று வாழ்ந்துள்ளனர். மன்னன் முதலாம் இராசராசன், தேவரடியார்களைத் தஞ்சைக்கு அழைத்து, கோயிலைச் சுற்றி இரு தெருக்களில் குடியமர்த்தி, உதவி செய்துள்ளார். அத்தெருக்கள், 'தளிச்சேரிகள்' என்ற அழைக்கப்பட்டன. இவர்களில் சிறப்புடையவர்களுக்கு, மன்னர்கள், 'தலைக்கோலி' என்று பட்டம் வழங்கிப் பாராட்டியுள்ளனர்.

கோயில் திருவிழாக்காலங்களில், இறைவன் வீதி உலா வரும்போது, தேவரடியார்கள், தேரின் முன்னால், நடனம் ஆடினர். குறிப்பாக, நான்கு வீதிகள் சேரும் நாற் சந்தியில் சிறப்பு நடன நிகழ்ச்சியை நிகழ்த்தினர்.

கோயிலில் விழா நடைபெறும் எல்லா நாட்களிலும், கோயிலின் உட் சந்நிதானத்திலும் நடனமாடி மக்களை மகிழ்வித்தனர்.

> தேவரடியார் ஆடும் நடனம் ' சதிர்' 'சின்னமேளம்' என்று அழைக்கப்படுகின்றது. கோயில்களில் ஆடும்போது, "சின்ன மேளம் என்றும், திருமண வைபங்களில் ஆடும்போது அதற்குச் 'சதிர்' என்றும் பெயர். நாதசுவரம் முழங்கியவுடன் இறைவனுக்குப் பூஜை செய்வித்து அதற்கு அடுத்தபடியாக நடனம் நடப்பதால், இதற்குச் 'சின்ன மேளம்' என்று பெயர்.

(தொன்மைச் சதிரும் நவீன பரதமும் ப.43)

பின்னர், தேவரின் அடியவர்களாகக் கோயில்களில் ஆடிய நடன மாதர்களின் வாழ்க்கை , அரசியல், சமூகம், பொருளாதாரச் சூழலால் பெருமளவில் பாதிக்கப்பட்டது. ஆங்கிலேயர் ஆட்சிக் காலத்தில், கோயில்களும், கோயில்களில் நடத்தப்பட்ட இசை, நடனம் முதலிய கலைகளும் ஆதரிக்கப்படவில்லை. மேலும், மன்னர்கள் ஆதரித்தது போல், சமூகத்தில் உயர் நிலையில் இருந்தவர்களாலும் கற்றவர்களாலும் நடனத்திற்கு ஊக்கமோ, உதவியோ கிடைக்கும் சூழல் இல்லாதிருந்தது.

கோயிலை நம்பி வாழ்ந்த நடனமாதர், புலம் பெயர்ந்து வாழ வேண்டியக் கட்டாயச் சூழல், நடனக் கலையில் பெரும் வீழ்ச்சியை ஏற்படுத்தியது. மேலும், கோயில் வழிபாடுகளுடன் தொடர்புடையவர்களாக மக்கள் மத்தியில் செல்வாக்குப் பெற்றிருந்த நடனமாதர், தேவரடியார்களாக விளங்கியவர்கள் தேவதாசிகள், தாசிகள் என்று அழைக்கப்பட்டுச் சமூகத்தினரால் புறக்கணிக்கப்பட்டனர்.

கோயில்களில், அடிமைகளாய் வாழ்ந்த தேவதாசிகளைக் காப்பாற்றத் தேவதாசி ஒழிப்புச்சட்டம் நிறைவேற்றப்பட்டது. இதனால், கோயிலை நம்பி வாழ்ந்த நடன மாதர், குறிப்பாகச் சென்னைக்குக் குடியேறினர். இவர்களைக் காப்பாற்றிக் கல்வி வழங்கி, சமூகத்தில் உயர் நிலைக்குக் கொண்டு வர வேண்டும் என்ற முயற்சிகளில் டாக்கர் முத்து இலட்சுமி ரெட்டியும் அன்னிபெசன்ட் அம்மையாரும் ஈடுபட்டனர்.

நடனத்தில் ஈடுபாடு கொண்டச் சமூக ஆர்வலர் ஈ. கிருஷ்ண ஐயர், 'சதிர்' என்னும் நடனம் 'தாசியாட்டம்' என்றம் அழைக்கப்பட்டு, பிற்காலத்தில் புறக்கணிக்கப்பட்ட நடனக்கலையை ' நாட்டியம்' என்று குறிப்பிட்டு, அதற்கு ஓர் உயர்வு கொடுத்து, உயிர்ப்பித்தார். அதற்கு அடுத்த நிலையில், தானும் நடனம் கற்று, அதைப் பிரபல்யப்படுத்தவும், வளர்க்கவும் கலாசேத்திரம் என ஒரு நடன நிறுவனத்தை நிறுவி, நடனத்தை அரங்கங்களின் வாயிலாக அறிமுகப்படுத்தியவர் ருக்மணி அருண்டேல்.

ஆடற்கலைஞராகவும், ஆடல் ஆசானாகவும் பல நாடுகளுக்குச் சென்று, உலகளாவிய நிலையில் தமிழர் ஆடற்கலையை பரப்பி, அதற்கு ஒரு புத்துணர்வும் பொலிவும் நல்கியவர், பல தலைமுறைகளாகப் பாரம்பரிய தேவரடியர் மரபில் வந்த, தஞ்சை பாலசுரசுவதி.

மேற்குறிப்பிட்டவர்களின் பெரும் முயற்சிகளால், தொய்வுற்று வீழ்ச்சி பாதையில் சென்று கொண்டிருந்த தேவதாசி ஆட்டம் என்று அழைக்கப்பட்டச் சதிர் ஆட்டம், சமூகத்தில் மதிப்பு பெற்றுக் கற்றவர்களும் கலந்துகொள்ளும் ஒரு கவின்கலையாக, செல்வாக்கு பெற்ற ஓர் ஆடற்கலையாக, மிளிர்ந்தது. இப்புதிய சூழல், உலக அரங்கங்களில் உலாவரும் கலையாக இன்று வரையிலும் சிறப்புடன் திகழ வாய்ப்பளித்தது.

எனவே, கோயில் நடன மாதர்களால் பாதுகாக்கப்பட்டத் தமிழர் நடனக்கலை, பல நாட்டவரும் கண்டு களித்து மகிழும் ஒரு கலையாகவும், அவர்கள் விரும்பிக் கற்கும் ஒரு கலையாகவும் மலர்ந்துள்ளது.

17. தஞ்சாவூர் பாலசரசுவதியின் பங்களிப்பு

இருபதாம் நூற்றாண்டில் ஓர் இணையற்ற நடன மாதுவாகத் திகழ்ந்தவர் தஞ்சாவூர் பால சரசுவதி. இவர், 18 ஆம் நூற்றாண்டைச் சார்ந்த, நடன ஆடலிலும் இசையிலும் சிறப்புற்றத் திகழ்ந்த பாப்பம்மாளின் ஏழாவது தலைமுறையைச் சாந்தவர். அவரது காலத்தில் கோயில்களிலேயே அடைபட்டுக் கிடந்த, தேவதாசிகள் ஆடும் 'தாசி ஆட்டம்' என்று சமுதாயத்தில் புறக்கணிக்கப்பட்டிருந்த நடனக் கலையை, வெளியுலகத்திற்குக் கொண்டு சென்று, உலகளாவிய நிலையில் ஓர் அறிமுகத்தையும் அங்கீகாரத்தையும் ஏற்படுத்திய பெருமை பாலசரசுவதி அவர்களையேச் சாரும். 'சதிர்' நடனம் சிறப்புற்றுத் திகழ்வதற்குப் பெரும் காரணமாய்த் திகழ்ந்தவர் பாலசரசுவதி அவர்கள்.

ஐரோப்பா, கிழக்கு ஆசியா, வட அமெரிக்கா, போன்ற நாடுகளில், தமிழர் நடனத்தை அரங்கேற்றியவர். அமெரிக்காவிற்குப் பலமுறை, நடனம் கற்றுக்கொடுக்கும் ஆசானாகவும், நடனமாடுபவராகவும் சென்றுள்ளார். வெஸ்லின் பல்கலைக்கழகம், கலிபோர்னியா கவின் கலைக்கல்லூரி, வாஷிங்டன் பல்கலைக் கழகம் ஆகிய புகழ்வாய்ந்த நிறுவனங்களில் நடன நிகழ்ச்சிகளில் கலந்து கொண்ட ஒரே இந்தியப் பெண்மணி என்று பெருமையைப் பெற்றார். உலகத்திலுள்ள தலைசிறந்த நடனக்காரருக்குப் பரிசு வழங்கும் ஜேக்கப்பின் தலையணை நடன விழாவில் *(Jacob's Pillow dance Festival)* கலந்து கொண்ட ஒரு சிறப்புக்குரியவர் பாலசரசுவதி. உலகப்புகழ் வாய்ந்த அன்னா கிஸல்காஃப் *(Anna Kissel Goff)* எனும் நடனத்திறனாய்வாளர் ' உலகிலுள்ள மிகச்சிறந்த நடனப் பெண்மணி' என்று பாராட்டியுள்ளார்.

பாரம்பரிய பெருமைக்குரிய தமிழரின் நடனத்தை உலக அளவில் நடனம் ஆடுபவராகவும், நடன ஆசானாகவும் பரப்பித் தமிழர் நடன வரலாற்றில் ஒரு திருப்புமுனையை - ஒரு மைல்கல்லை நிறுவியவர். இன்று, உலகக் கலை அரங்கங்களில் நடனம் அரங்கேறுவதற்கு வழிவகுத்தவர் பலசுரசுவதி. எனவே, நடன வரலாற்றில் ஒரு மறுமலர்ச்சிக் காலத்தை உருவாக்கிய பெருமை அவருக்குண்டு.

18. ருக்மணி அருண்டேல் பங்களிப்பு

'சதிர்' என்றும் 'தாசி ஆட்டம்' என்றும் புறக்கணிப்புக்குள்ளான நடனக் கலையைப் பரந்து விரிந்தத் தளத்திற்கே கொண்டுசென்று அதற்கு ஒரு புதிய பாதையை அமைத்துக்கொடுப்பதற்காக ஈ. கிருஷ்ண அய்யரும், ருக்மணி அருண்டேலும் அரும்பணி ஆற்றினர்.

ஈ.கிருஷ்ண அய்யரின் தூண்டுதலாலும், ஊக்கத்தாலும் ருக்மணி, முதலில், மயிலாப்பூர் கௌரி அம்மாளிடமும் பின்னர் பந்தணை நல்லூர் மீனாட்சிச் சுந்தரம் பிள்ளையிடமும் நடனம் கற்றார். ஆஸ்திரேலியாவிலுள்ள கிளியோ நோர்டி என்பவரிடம் பாலே நடனமும் கற்றார். முதல்முறையாக நடனத்துறையில் ஒரு புதுமையைப் புகுத்தினார்.

> முன்பு, சதிர்கச்சேரிகளில் நாட்டியம் ஆடும் பெண்ணின் பின்னால் தாளத்தைத் தட்டிக் கொண்டு நட்டுவனாரும், பாடுபவரும் மிருதங்கம் வாசிப்பவரும் ஓடிக்கொண்டிருந்தார்கள். திருமதி. ருக்மணி அருண்டேல் இம்முறையினை இழிவாகக் கருதினார். நடனம் கற்றுக்கொடுத்து நட்டுவாங்கம் செய்யும் குருவிற்கு மரியாதை செய்யக் கருதினார். நட்டுவாங்கம் செய்பவரையும் பாடுபவரையும் மிருதங்கம் வாசிப்பவரையும் மேடையின் வலது புறம் அமர வைத்து, அவர்களுக்குப் பெருமையும், மதிப்பும் தேடித்தந்தவர் ருக்மணி அருண்டேல்

(தொன்மைச் சதிரும் நவீன பரதமும் ப.57)

ருக்மணி அருண்டேலின், இப்புதிய முயற்சியால், நவீன நடன அரங்கேற்றத்தில் ஒரு முன்னேற்றம் மட்டுமல்ல நடனம் கற்றுக்கொடுக்கும் நடன ஆசான்களுக்கும், மேடையில் கலந்து கொள்ளும் இசைக் கலைஞர்களுக்கும், சமூகத்தில் மதிப்பும் மரியாதையும் ஏற்பட்டது. இம்முறை, இன்று வரையிலும் ஒரு மரபாகப் பின்பற்றப்பட்டு வருகிறது.

மேலும், அதுவரையிலும் 'சதிர்கச்சேரி' என்று அழைக்கப்பட்ட, நடன நிகழ்ச்சியைப் 'பரத நாட்டியக் கச்சேரி' என்று அழைக்கத் தொடங்கி, அதையே பரப்பினார்.

நடனக் கலையைப் புனிதமான ஒரு கலை என்றும், ஆன்மீகக் கலை என்றும் கருதினார். தமது நாட்டியக் கச்சேரிகளைச் ' சதிர் கச்சேரி' என்று அழைக்காமல் பரதநாட்டியக் கச்சேரி' என்று அழைத்தார்.

(இந்தியப் பண்பாட்டுத் தூதுவர்கள் தமிழ் நாட்டிய ஆசிரியர்கள் ப.203)

'சதிர்', பரத நாட்டியம் என்று அழைக்கப்பட்டு, நடன மேடைகளில், நடனம் ஆடுபவர்களின் ஆடை அலங்காரங்களில் பல மாற்றங்களும், நடன ஆசான்களுக்கு உரிய மரியாதை வழங்கப்பட்டமை, நடன வரலாற்றில் ஒரு புதிய திருப்பு முனையாக, மேலும், உலகளாவிய நிலையில் பரவ வழிகோலின.

நடனத்தின் மீது தனக்கிருந்த ஈடுபாட்டையும், விருப்பத்தையும் செயல்படுத்தும் நிலையில், நடனத்திற்காக ஒரு கலைக் கூடத்தைத் தொடங்க விரும்பினார். தொடக்கத்தில் சர்வதேசக் கலைக் கழகம் என்று அழைக்கப்பட்டு, பின்னர், 'கலாச்சேத்திரா' என்று அழைக்கப்பட்டது. இக்கலைக் கூடம், இன்று, இந்தியர்களும் அயலவர்களும் நடனம் கற்று, சான்றிதழ், பட்டயம், பட்டம் ஆகியவற்றைப் பெறும் வாய்ப்பை நல்குகிறது. நடனம் பற்றிய ஆய்வுகளும் நிகழ்கின்றன. பல மாநிலங்களிலிருந்து மாணவர்கள் வந்து தங்கிப் பயிலும் ஒரு கல்விக் கூடமாகவும் ருக்மணி அருண்டேலால் தொடங்கப்பட்டக் கலாசேத்திரா திகழ்கிறது.

பல பக்தி இலக்கியங்களுக்கு நடன வடிவம் கொடுத்து, நடன நிகழ்ச்சியாக மக்களிடம் கொண்டு சென்று, நடனத்தை விரும்பி கண்டுகளிக்கும் ஒரு கலையாக வளர்த்தார்.

மேலும், குமார சம்பவம், சாகுந்தலம், இராமாயணம், ஆண்டாள் சரித்திரம், குற்றாலக்குறவஞ்சி, தமயந்தி சுயம்வரம், புத்தவதாரம் போன்ற நடன நாடகங்களையும் அரங்கேற்றினார்.

தெருக் கூத்துக் கலைகளில் மட்டும் இடம் பெற்று வந்தக் காவியங்களை, நாட்டிய நாடக வடிவில் புதிய பரிமாணத்திற்கு அழைத்துச் சென்ற பெருமை ருக்மணி அருண்டேலைச் சாரும்.

(தொன்மைச் சதிரும் நவீன பாதமும் ப.61)

'கலாச்சேத்திராப்பாணி' என்று சொல்லுமளவுக்கு நடனக்கலையில் ஒரு

புதிய போக்கை ஏற்படுத்தியுள்ளார் ருக்மணி அருண்டேல்

19. ஈ. கிருஷ்ண அய்யர் பங்களிப்பு

இன்றைய நடனக் கலை வளர்ச்சியடைவதற்கும் வளமை பெறுவதற்கும் அருந்தொண்டு ஆற்றியவர் ஈ. கிருஷ்ண அய்யர். சிறுவயதிலேயே, இசையின் மீதும் நடனத்தின் மீதும் ஈடுபாடு கொண்ட கிருஷ்ண அய்யர், சதிராட்டம், தாசியாட்டம் என்று இகழ்ச்சியாக வழங்கப்பட்டு வந்த நடனக் கலைக்குப் புத்துயிர் ஊட்டியவர் கிருஷ்ண அய்யர். இசைக் கலைக்காக நிறுவப்பட்ட சங்கீத வித்வச் சபையில் செயலராகச் செயல்பட்டக் கிருஷ்ண அய்யர் முயற்சியால், அச்சபையில், பல தீர்மானங்களை நிறைவேற்றி, நடனக் கலையைப் பொதுமக்களும் கலை சார்ந்த அமைப்புகளும் ஆதரித்து மேம்படுத்தவும், பெண்களுக்கு முறையான நடனப் பயிற்சி வழங்கி, அவர்கள் வாயிலாக நடனக்கலையை வளர்க்கவும், பொது நிகழ்ச்சிகளிலும் நடன நிகழ்ச்சிகள் நடைபெறும் சூழலை ஏற்படுத்தவும் தீர்மானங்களை நிறைவேற்றி, அவற்றை முழுமையாகச் செயல்படுத்தி, நடனக் கலைக்கு ஒரு புதிய அத்தியாத்தைத் தொடங்கி வைத்தார் . நடனக் கலையின் பாரம்பரியத்தையும் சிறப்பையும் காப்பாற்றி மக்களிடம் எடுத்துச் செல்வதற்கு வழிவகுத்தார்.

ஒரு காலக்கட்டத்தில், இவரோடு முரண்பட்டக் கருத்தை உடையவராகக் கருதப்பட்ட முத்துலட்சுமி ரெட்டி, "தென்னிந்திய நாட்டியமான பரத நாட்டியத்தின் மறுமலர்ச்சிக்காகவும் மறுவாழ்விற்காகவும் தன்னை அர்ப்பணித்துக் கொண்டவர். மேலும் பரதக் கலையின் மீது உண்மையான மரியாதையும் மதிப்பும் ஏற்படச் செய்தவர்" என்று, நடனக்கலை, பல தடைகளை மீறி வளர, செல்வாக்கு பெற, கிருஷ்ண அய்யர் ஆற்றிய பணிகளைப் பாராட்டியுள்ளார்.

கலாசேத்திரா என்ற ஒரு நடன நிறுவனத்தை நிறுவி, பன்னாட்டவரும் நடனம் பயின்று, அதைப்பரப்பும் ஒரு வாய்ப்பை ஏற்படுத்திய ருக்மணி அருண்டேலை, நடனக்கலைக்கு அறிமுகப்படுத்தி, ஊக்குவித்தவர் ஈ. கிருஷ்ண அய்யர் அவர்களே.

20. லீலா சாம்சன் பங்களிப்பு

உலகறிய நடனம் ஆடுபவராகவும் நடனப் பயிற்சியாளராகவும், சிறந்த நடனக் கோர்வையாளராகவும் (Choreographer) நடனம் பற்றி எழுதுகின்ற, ஓர் எழுத்தாளராகவும் சிறப்புற்றுத் திகழ்பவர் லீலா சாம்சன்.

கலாசேத்ரா மாணவியான இவர், புதுதில்லியுள்ள, ஸ்ரீராம் பாரதிய கலாகேந்திரா மற்றும் கந்தர்வ மகா வித்யாலயா ஆகிய இரு நிறுவனங்களிலும் நடனம் கற்றுக் கொடுத்தார்.

ஐரோப்பா, அமெரிக்கா, ஆப்ரிக்கா முதலிய நாடுகளுக்குச் சென்று, நடனம் ஆடியதோடு, நடனப் பயிற்சியும் வழங்கி, நடனம் பற்றியச் சொற்பொழிவுகளையும் நிகழ்த்தியுள்ளார். உலகப் புகழ்பெற்ற, ஓபரே மற்றும் பாலே நடனமாடும் இலண்டனிலுள்ள இராயல் ஓப்ரே இல்லம் (Royal opera House) சென்று நடனமாடியுள்ளார்.

மேலும், இங்கிலாந்திலுள்ள 'இந்தியக் கலைப்பண்பாட்டு மையமான மிலாபெஸ்ட்டிலும் (Milapest) நடனமாடியுள்ளார்,

நடனம் பற்றிய இவரது ஆய்வுகளை மையமாகக் கொண்டு, சஞ்சாரி (Sanchari), பூக்கும்மரம் (Flowering tree) எனும் இரு குறும்படங்கள் வெளியிடப்பட்டுள்ளன.

ருக்மணி அருண்டேலின் வாழ்க்கை வரலாறு, *Rhythm in joy: classical Indian Dance Tradition* எனும் நடனம் பற்றிய இருநூற்களையும் எழுதியுள்ளார்.

ருக்மணி அருண்டேலால் தொடங்கப்பட்டக் கலாசேத்ராவின் இயக்குநராகவும், சங்கீத நாடக அகெடமியின் தலைவராகவும் பணியாற்றிய காலத்தில், நடனத்தை மேம்படுத்தவும், உலகளாவிய நிலையில் பரப்பவும் பல முயற்சிகளை மேற்கொண்டார்.

ஸ்பென்டா (Spanda) எனும் குழுவை அமைத்து நடனம் பயிற்றுவித்து, நடனம் ஆட வைத்தார். தனது வெளியுலகத் தொடர்பைப் பயன்படுத்தி, தமிழர் ஆடற்கலையாகிய நடனத்தைப் பல நாடுகளில் பரப்பிய பெருமை லீலா சாம்சனுக்கு உண்டு.

21. ஆடற்கலை ஆசான்கள்

சிலப்பதிகாரக் காலத்திலிருந்தே, ஆடற்கலையைக் கற்றுக்கொடுக்கும் குருக்களாகிய ஆடல் ஆசிரியர்கள் - ஆசான்கள் பல தலைமுறைகளாக இன்றளவும் வாழ்ந்து வருகின்றனர். சிலப்பதிகாரத்தின் அரங்கேற்றுக் காதையில், மாதவியைப் பற்றியும், அவளது நடனத்தைப் பற்றியும், நடன அரங்கேற்றத்தைப் பற்றியும் குறிப்பிடுவதற்கு முன்னரே, இளங்கோவடிகளால் காதையின் தொடக்கத்திலேயே,

"இருவகைக் கூத்தினிலக்கண மறிந்து"

(அரங்கேற்றுக் காதை. வரி.12)

என்று, ஆடல் ஆசிரியர் அறிமுகப்படுத்தப்படுகிறார். பதினைந்து வரிகள் (12 முதல் 25 வரை), ஆடல் ஆசிரியரின் தகுதிகள், நடனத்தைப்பற்றி, அதன் நெறிகளைப் பற்றி, அவர் தெரிந்துகொள்ள வேண்டியவைகளைப் பட்டியலிடுகிறார் இளங்கோவடிகள். எனவே, ஆடற்கலையில், முக்கியமானவராக, முக்கியப்பங்களிப்பாளராக, அதன் முதுகெலும்பாய்த் திகழ்பவர் ஆடல் ஆசான் என்பது பெறப்படுகிறது.

ஆடல் ஆசான்கள், இன்று, நட்டுவனார் என்று அழைக்கப்படுகின்றனர். இடைக்காலத்தில் களப்பிரர் ஆட்சிக்காலத்தைத் தவிர ஏனைய பல்லவர் காலம் முதல் மராத்தியர் காலம் வரையிலும், ஆங்கிலேயர்கள் ஆட்சிக்குப் பின்னுள்ள இந்த நூற்றாண்டு வரையிலும் ஆடற்கலை ஆசான்களாகிய நட்டுவனார்கள், நடனக்கலைக்கு அரும்பபணி ஆற்றியுள்ளனர்.

• தஞ்சை நால்வர்

தஞ்சை நால்வர் என்ற அழைக்கப்படும் சின்னையா, பொன்னையா, சிவானந்தம், வடிவேலு ஆகிய நால்வரும், நடனக் கலைக்குக் குறிப்பாக, அக்கலையைப் பயிற்றுவிப்பதற்கு, நடன ஆசான்களாகப் பெரும்பணியாற்றியவர்கள்.

தந்தை வழியாக நாட்டியக் கலை நுட்பங்களை அறிந்தனர். ஆடலைப் பயிற்றுவதற்குரிய தொடக்கப் பயிற்சி முறைகளான அடைவு பயிற்சிகளை முறைப்படுத்தினர். இவ்வமைப்பின்படி, நாட்டியம் கற்பிக்கும் முறையையும் முறைப்படுத்தினர். ஆலைய வழிபாட்டில் நிலவிய ஆடலை, அரங்கக் கலையாக வடிவமைத்தனர். புட்பாஞ்சலி, கவித்துவம், அலாரிப்பு, ஜதீஸ்வரம், சப்தம், வர்ணம், சுரஜதி, சுலோகம், இராகமாலிகை, பதம், ஜாவளி, தில்லானா, மங்கல்பாட்டு போன்ற உருப்படிகளை அமைத்துக் கற்பித்தனர். இவற்றை, இரண்டு பெண்களுக்குக் கற்பித்துத் தஞ்சை அரசவையில் சரபோசி மன்னர் அவையில் அரங்கேற்றினர்

(இந்தியப் பண்பாட்டுத் தூதுவர்கள் தமிழ்நாட்டிய ஆசிரியர்கள் ப.80)

ஆடல் பாடல் ஆகியவற்றில் ஆற்றல் வாய்ந்தவர்களாகத் திகழ்ந்த இந்நால்வரும், சிறந்த நட்டுவனார்களாகப் புகழ்பெற்றனர்.

- **தஞ்சாவூர் பால சரசுவதி**

ஆடற்கலையில் தந்நிகரற்று விளங்கிய தஞ்சை பால சரசுவதியும் ஒரு சிறந்த ஆடல் ஆசிரியராகவும் விளங்கினார். இந்தியாவிலுள்ள பிற மாநிலங்களிலும், அமெரிக்கா, ஐரோப்பா, கிழக்கு ஆசியா முதலிய நாடுகளில், நடனமாடியதோடு, நல்ல நட்டுவனராகவும் அங்குள்ள மாணவர்களுக்கும் நடனம் கற்றுக்கொடுத்தார். நடனமாடுவதில் எத்தகைய புகழைப் பெற்றாரோ, அதைப்போல ஒரு சிறந்த ஆடல் ஆசானாகவும் தமிழர் நடனத்தைப் பரப்பினார்.

(Balasaraswathy, Her Art and life, P. XIIX)

சிலப்பதிகாரத்தில், நடன ஆசிரியர்களுக்கு என்னென்ன தகுதிகள் வேண்டுமென்று இளங்கோவடிகள் குறிப்பிட்டிருந்தாரோ அதைப்போல பாலசரசுவதி, நடனம் தொடர்பான பலவற்றை அறிந்த ஓர் ஆசானாகவும் திகழ்ந்தார்.

5 அல்லாரிப்புகளையும், 19 ஜதீஸ்வரங்களையும், 8 சப்தங்களையும், 13 வர்ணங்களையும், 97 பதங்களையும், 51 ஜாவளிகளையும், 8 தில்லானாக்களையும் அறிந்திருந்தார் பாலசரசுவதி என்பர்.

(இந்தியப் பண்பாட்டுத் தூதுவர்கள், தமிழ்நாட்டிய ஆசிரியர்கள், ப.131)

பாலசரசுவதி ஒரு நடனக் கலைஞராகவும், நடனத்தைக் கற்பித்துக் கொடுக்கும் ஒரு நட்டவனராகவும் தனக்கென ஒரு பாணியை உருவாக்கினார். அந்தப்பாணி அவர் பெயரிலேயே வழங்கப்பட்டது.

> நாட்டிய உலகில் தஞ்சை பாணி பந்தணை நல்லூர் பாணி, வழுவூர் பாணி, காஞ்சிபுரம் பாணி, திருக்கோகர்ணம் பாணி, என்பனபோல் பாலசரஸ்வதியின் ஆடல் எழுச்சியால், பாலசரஸ்வதி என்ற ஒரு பாணி உருவாயிற்று.

(மேற்படி)

தமிழர் நடன வரலாற்றில் நடனத்திலும், நடன ஆசானாகத் திகழ்ந்த நிலையிலும் தனக்கென ஒரு முத்திரையைப் பதித்தவர் பாலசரசுவதி.

• வி.எஸ்.முத்து சாமிப் பிள்ளை

தமிழ் நாட்டில், தலைசிறந்த நட்டுவனார்களாகப் புகழ்பெற்ற அறுவர் என்று சுட்டப்படும், பந்தநல்லூர் மீனாட்சி சுந்தரம்பிள்ளை, காட்டுமன்னார் கோயில் முத்துகுமார சாமிப் பிள்ளை, தஞ்சாவூர் கிட்டப்பா பிள்ளை, வழுவூர் இராமையா பிள்ளை, வைத்தீஸ்வரன் கோயில் முத்து சாமிப் பிள்ளை, திருவிடை மருதூர் மகாலிங்கம் பிள்ளை ஆகியவர்களுடன் சேர்ந்த ஒருவர் முத்துசாமிப்பிள்ளை. காட்டுமன்னார்குடி முத்துக்குமாரசாமிப் பிள்ளையின் சீடரான இவர், வழுவூர் மாணிக்க நட்டுவானரிடம் நாட்டிய நுணுக்கங்கள் பலவற்றைக் கற்றுத் தனக்கென 'மல்லாரி' எனும் ஒரு நடன அமைப்பை உருவாக்கினார்.

நாதசுர இசைக்கேற்ப, கோயில் ஊர்வலங்களில் நடன மாதர் ஆடிக்கொண்டே செல்லும் நடன அமைப்பாகிய மல்லாரியை, மேடை நடனத்திற்கு ஏற்றவாறு அமைத்துப் புகழ் பெற்றார். திரைப்படைத் துறையில் பிரசித்திப் பெற்ற நடன நடிகைகளான சாயி சுப்புலட்சுமி, லலிதா, பத்மினி, ராகினி முதலியோர்க்கு நடனம் அமைத்துக்கொடுக்கும் *(Choreography)* நட்டுவனாராகத் திகழ்ந்தார்.

இவர், முதல் முறையாகத் தாமே, நடனம் கற்போர் முன்பாக நடனமாடிக் காட்டும் *(Demonstration)* - முறையை அறிமுகப்படுத்தினார்.

இவரது நடன ஆசிரியச் சேவையைப் பாராட்டி, தமிழக அரசும், நடுவன் அரசும் மட்டுமல்ல, பிரான்சு நாட்டுப் பண்பாட்டுத் துறையும் "செவிலியர்" எனும் சிறப்பு விருந்து வழங்கி, இவரது நடனப் பணியை, குறிப்பாக நடன ஆசிரியர் பணியைப் பாராட்டியுள்ளது. ஐ.சி.சி.ஆர். (Indian Council for Cultural research) எனும் அமைப்பு மூலம், வெளிநாட்டிலுள்ள மாணவர்களுக்கு நடனம் கற்றுக்கொடுத்து, தமிழர் ஆடற் கலையை உலக அளவில் பரப்பினார். அவரிடம் கற்றவர்கள், அவரவர் நாடுகளில் நடனத்தைப் பயிற்றும் ஆசான்களாகத் திகழ்கின்றனர். அவர்களால், நடனம் மேலும் பரப்பப்பட்டு வளமைபெறுகிறது.

இவரிடம் ஏறத்தாழ 17 அயல்நாட்டைச் சார்ந்தவர்கள் நடனம் கற்றுள்ளனர்.

- **க.பொ. கிட்டப்பா பிள்ளை**

தஞ்சை நாட்டிய மரபில் எட்டாவது தலைமுறையைச் சேர்ந்த நடன ஆசான், சிறந்த இசைப் பேரறிஞராகத் திகழ்ந்த கிட்டப்பா பிள்ளை. தந்தை இறந்த பின்னர், இசை நிகழ்ச்சிகளை நிறுத்திக்கொண்டு, நட்டுவனரானத் தனது தாத்தா பந்தனன்ண நல்லூர் மீனாட்சி சுந்தரம் பிள்ளை அவர்களிடம் நாட்டியப் பயிற்சி பெற்று, நாட்டிய நுட்பங்களை அறிந்து, நடன ஆசானாக அரும்பணியாற்றினார்.

தமிழ்ப் பல்கலைக்கழகம், அண்ணாமலை பல்கலைக்கழகம் ஆகியவற்றில் நடன ஆசிரியராகப் பணியாற்றி, நடன பயிற்சியளித்தார்.

பெங்களூர் சென்று, பத்மினிராவ் நாட்டியப் பள்ளியின் வாயிலாகத் தமிழர் ஆடற் கலையைப் பலருக்குக் கற்பித்தார்.

> கிட்டப்பாவின் தந்தையாரால் இயற்றப்பட்ட ஐதீஸ்வரம், சப்தம், வர்ணம், இராகமாலிகை, தில்லானா ஆகிய நாட்டிய இசை வடிவங்களைச் சுரதாள குறிப்புடன் ' தர்பனார் கல்லூரி வாயிலாக'ப் "பொன்னையா மணிமலை" என்ற பெயரால் 1991 இல் வெளியிட்டார்.
>
> (இந்தியப் பண்பாட்டுத் தூதுவர்கள் தமிழ் நாட்டிய ஆசிரியர்கள் ப.141)

தமது இசையறிவையும் பயன்படுத்தி, நடன கலையில் இசையின் முக்கியத்துவத்தையும் உணர்த்தியதொரு நடன ஆசானாக நடனத்தை வளம் பெறச் செய்தார்.

மேலும், சரபேந்திர பூபாலக்குறவஞ்சி, நவஸந்தி நிருத்யம், ஆலயகீத வாத்திய நிருத்யாஞ்ஜலி, ருதுஸம்ஹாரம் ஆகிய நாட்டிய நாடகங்களையும் தயாரித்தார்.

• வழுவூர் இராமையாப் பிள்ளை

வழுவூர் பாணி என்ற நடனப் பாணியை உருவாக்கி, உலக அளவில் புகழ்பெற்ற குரு மரபு வழி நட்டுவனார், வழுவூர் இராமையாப்பிள்ளை .

> பழைய மரபுகளை மீறாமல் அடவுகளை ஐதீஸ்வரம், வர்ணம், பதம், தில்லானா போன்ற நாட்டிய உருப்படிகளில் அமைத்தார். அடைவிற்கு முக்கியத்துவம்தரும் அளவிற்கு நாட்டியத்தில் பாவத்திற்கு முக்கியத்துவம் கொடுத்துக் கற்பித்தார்.

(இந்தியப் பண்பாட்டுத் தூதுவர்கள் தமிழ் நாட்டிய ஆசிரியர்கள் ப.162)

தனது நட்டுவாங்கத்தைத் திரைப்படத்துறையில் முதலில் தொடங்கினார் . திரைப்படத் துறையில் நட்டுவாங்கத்தைக் கலைத் திறன்களோடு இணைத்துப் பல திரைப்படங்களுக்கு நட்டுவாங்கம் செய்தார்.

> "கொஞ்சும் சலங்கை' என்ற திரைப்படம் வழுவூர் இராமையாப்பிள்ளையின் நாட்டியக் கலைத் திறனை உச்ச நிலைக்குக் கொண்டு சென்றது

(மேற்படி நூல், ப.161)

திரைப்படத்துறையில், நடனத்தின் வாயிலாகப் புகழ்பெற்ற நடிகைகளான குமாரிகமலா, ஹேமமாலினி, வைஜெயந்திமாலா, ஈ.வி.சரோஜா, லலிதா, பத்மினி, ராகினி முதலியவர்கள் இராமையா பிள்ளை அவர்களிடம் நடனம் கற்றுப் புகழ்பெற்றனர். இவரது முதல் மாணவி டி.எம்.பட்டம்மாள்.

நடனம் கற்பித்துக்கொடுக்கும் நட்டுவனராகிய குருவிற்கும் நடனம் கற்கும் மாணவர்க்கும் இடையில் நுட்பமான ஒத்துழைப்புத் தேவை என்பதையும், நடன ஆசானின் ஆற்றல், மாணவர்

மூலம்தான் நடன அரங்கத்தில் வெளிப்படுத்த முடியும் என்பதையும், செயல்படுத்தி தான் ஒரு முன் மாதிரியாகத் திகழ்ந்து, பிறருக்கு வழிகாட்டி, நடனத்தின் கட்டுக்கோப்பைக் காப்பாற்றி வளர்த்தார்.

பிற்காலத்தில், பலர், இவரது இந்தச் செயற்பாட்டைப் பின்பற்றாமையால், தமிழர் நடன வரலாற்றின் மரபு சிதைந்து, புறத்தாக்கத்திற்கு உட்படும் சூழல் ஏற்பட்டது.

- **குற்றாலம் மு. செல்வம்**

பாரம்பரியம் மிக்க நட்டுவனார்களின் ஐந்தாவது தலைமுறையைச் சேர்ந்தவர் குற்றாலம் மு. செல்வம் அவர்கள். இவர், புகழ்மிகு நட்டுவனாரான செவிலியர் வி.எஸ். முத்துசாமி பிள்ளையின் மகன். குருகுல வாசமாகத் தனது பத்து வயதிலேயே, பாட்டனராகிய 'குத்தாலம்' இராமசாமி நட்டுவனாரிடம் நட்டுவாங்கம் கற்றார். தந்தையாரிடம் நடனம் அமைக்கும் முறை, நட்டுவாங்கத் தாள நுணுக்கங்களைக் கற்று, அவற்றைத் தம் நடன மாணவர்களுக்குக் கற்றுக்கொடுத்தார். தனது தந்தையின் பெயரால், 'செவிலியர் வி.எஸ். முத்துசாமி பிள்ளை கலாலயம்' எனும் நடனக்கல்லூரியைத் தொடங்கி, இந்திய நாட்டு மாணவர்களுக்கும் அயல்நாட்டு மாணவர்களுக்கும் நாட்டியப் பயிற்சி அளித்து வருகிறார். குறிப்பாகப் பிரான்சு நாட்டு மாணவர்கள் பலர் வந்து இவரது நட்டுவாங்கத்தில் நடனம் கற்கின்றனர். இவரும், அங்குச் சென்று கற்பித்து வருகிறார்.

இன்றைக்கும் பழைய மரபைப் பின்பற்றித் தமிழரின் பாரம்பரியப் பெருமைக்குரிய நடனத்தைக் காப்பாற்றி வளர்த்து வருகிறார்.

தனது தந்தையாரால், நாதசுர மரபிலிருந்து, நடனத்துறைக்கு அறிமுகப்படுத்திய மல்லாரியைத் தம் மாணவர்க்கும் கற்பித்துத் தமிழ் நடன வரலாற்றில் பெரும்பங்கு அளித்து வருகிறார். தமிழக அரசால் கலை மாமணி விருது பெற்றவர்.

- **பந்தணை நல்லூர் மீனாட்சி சுந்தரம் பிள்ளை**

நடன மரபில், 'பந்தணை நல்லூர் பாணி' என்ற ஒன்றை உருவாக்கியப் பெருமைக்குரியவர் மீனாட்சி சுந்தரம் பிள்ளை, தன் தந்தையிடம் இசையைக் கற்றவர், பந்தணை நல்லூர்

குமாரசாமி நட்டுவனார் வாயிலாகப் பரதசாத்திரம், அபிநய இலக்கணங்களையும் கற்றிருந்தார்.

> பரத நாட்டிய ஆசானுக்குரிய நட்டு, முட்டுக் கலைகளை நன்கு அறிந்திருந்தார். மாணவர்கட்கு பரதக் கலையிலும் மிருதங்கக் கலையிலும் பயிற்சி அளித்து வந்தார்

(இந்தியப் பண்பாட்டுத் தூதுவர்கள் தமிழ்நாட்டிய ஆசிரியர்கள் ப.154)

தமிழ், வடமொழி, தெலுங்கு, மராத்தி, கன்னடம் ஆகிய மொழிகளைக் கற்ற மீனாட்சி சுந்தரம் பிள்ளை, பிறமொழியாளர்களுக்கும் நடனத்தைக் கற்பிக்கும் வாய்ப்பைப் பெற்றார்.

> கீர்த்தனைக்கு அபிநயம் பிடிக்கும் வழக்கத்தினை, முதன் முதலில் இவரே அரங்கேற்றினார். இவரது அடைவுகள், புதுப்புது விதமான இலய வின்யாசங்களுடன் இருக்கும். மூலை முடுக்குகளில் ஒதுக்கப்பட்டிருந்த பரதக் கலைக்கு உலகளாவிய நிலையில் பெருமை தேடித் தந்தவர்களில் இவர் முதல் இடம் பெறுகிறார்.

(மேற்படி ப. 155)

திருவனந்தபுரம், மைசூர், உடையார் பாளையம், இராமநாதபுரம், சிவகங்கை, சேத்தூர், சிவகிரிய, எட்டயபுரம் ஆகிய சமஸ்தானங்களில் தம் நாட்டிய நிகழ்ச்சிகளை அரங்கேற்றினார்.

இவர், பல மரபு வழி நட்டுவனார்களை உருவாக்கி, நடனக் கலைக்கு வளம் சேர்த்தார்.

• காட்டுமன்னார் கோயில் முத்துக்குமாரசாமி பிள்ளை

தொடக்க காலத்தில் மேடையில், நடனம் ஆடிய முத்துக்குமாரசாமி பிள்ளை, பின்னர், முழுநேர நட்டுவனாராக மாறினார். தலை சிறந்த நடன ஆசானாகத் திகழ்ந்த முத்துக்குமாரசாமிப் பிள்ளை, கலாச்சேத்ராவில் நடன ஆசிரியராகப் பணியாற்றிய பின்னர், பெங்களூர் சென்று, அங்கு இரண்டு ஆண்டுகள் பலருக்கு நடனம் கற்றுக்கொடுத்தார். அதன்பின்னர் ஆந்திர மாநிலம் மதனப்பள்ளிக்குச் சென்று அங்கு நடனம் கற்பித்தார்.

மேலும், இராஜராஜ சோழன் போன்ற பண்டையத் தமிழ் மன்னர்களைப் பற்றி, மேடை நாடகம் நடத்தி உலக அளவில் தமிழர்களின் பெருமையைப் பரப்பிய நாடக நடிகர்கள் 'டி.கே.எஸ். சகோதரர்கள். அவர்களது நாடகங்களில், நடன பயிற்சியாளராக, நடன ஆசானாகப் பணியாற்றிப் பழைய நடனமரபை அவர்கள் வாயிலாக வெளிப்படுத்தினார்.

இவர், பல நட்டுவனார்களை உருவாக்கினார். சிக்கல் இராமசாமி நட்டுவனார், வைதீஸ்வரன் கோயில் மகாதேவ நட்டுவனார், முத்து சுவாமி நட்டுவனார், காரைக்கால் தண்டாயுதபாணி ஆகியோர் குறிப்பிடத்தக்கவர்கள்

ஆடற்கலை ஆசானாகப் பணியாற்றி, நடனக் கலையை வளர்த்ததோடு, சீடர்களாகப் பல நட்டுவனார்களையும் உருவாக்கி, நடனக்கலையை வளர்த்த பெருமை, காட்டுமன்னார் கோயில் முத்துக் குமாரசாமி பிள்ளை அவர்களுக்குண்டு,

• திருவிடை மருதூர் மகாலிங்கம் பிள்ளை

மரபுவழி நட்டுவனராகப் புகழ் பெற்றவர் திருவிடை மருதூர் மகாலிங்கம் பிள்ளை - தந்தையாரும் சிறந்த நட்டுவனராகத் திகழ்ந்தவர். வாய்ப்பாட்டும் இசைகருவிப் பயிற்சியும் உடையவராக இருந்த, மகாலிங்கப்பிள்ளை, தஞ்சாவூர் கோவிந்தராசு நட்டுவனாரிடம் நாட்டியமும் நட்டுவாங்கமும் கற்றார்.

நட்டுவனராக இலங்கைக்குச் சென்றதோடு, மும்பை நகரில் உள்ள இராஜராஜேஸ்வரி நடனப்பள்ளியில் நடன ஆசிரியராகவும் பணியாற்றினார்.

• காரைக்கால் தண்டாயுதபாணி பிள்ளை

தலைமுறை தலைமுறையாக, நட்டுவனார் பாரம்பரியத்தில் வந்தவர் தண்டாயுத பாணி பிள்ளை,

கலாச்சேத்ராவில், சிறிது காலம் ஆசிரியராகப் பணியாற்றிய பின்னர், தனியாக நடன ஆசிரியராகச் செயல்பட்டார். சென்னை, இராசா அண்ணாமலைபுரத்தில் நாட்டியக் கலாலயம் எனும் நாட்டியப் பள்ளியைத் தொடங்கினார். தமிழகத்திலிருந்து மட்டுமல்ல, இலங்கை, மலேசியா, சிங்கப்பூர், அமெரிக்கா முதலிய அயல் நாடுகளிலிருந்தும் இவரிடம் நடனம் கற்றனர்.

திரைப்படத்துறையில், பல திரைப்படங்களுக்கு நடனம் அமைத்துக் கொடுத்துள்ளார். ஆடற்கலையைப் பலரும் அறிந்து கொள்ளும் வகையில் நூற்களும் எழுதினார்.

> ஆடலிசை அமுதம்', 'சிற்றம்பலக் குறவஞ்சி', 'பரத சாஸ்திர நூல் விளக்கம்' ஆகிய நூல்களை இயற்றினார்.

(மரபு வழிப் பரத பேராசான்கள் ப.41)

> நாட்டிய உருப்படிகள் பலவற்றின் தொகுப்பாக ஆடற்கலை நூல் அமைந்துள்ளது. இதில், ஆடலிசை வகைகளான, ஐதீஸ்வரங்கள் 9 பாடல்கள் - 3, ஜதிகள் - 10, பாடல்கள் இடம்பெற்றுள்ளன.

(இந்தியப் பண்பாட்டுத் தூதுவர்கள், தமிழ் நாட்டிய ஆசிரியர்கள ப.177)

தனது தந்தை நடேச பிள்ளை, இசை மேதை டைகர் வரதாச்சாரியரிடமும் இசை கற்றத் தண்டாயுதபாணி, நடனக் கலையைக் கற்று, அதில் நடன ஆசானாகவும், தமிழர் ஆடற்கலையின் சிறப்பை உலகறியச் செய்யும் நோக்கில் நடனப் பள்ளிகளையும் அமைத்து, நடன நூற்களையும் படைத்து, நடனக் கலையைச் செழுமையுற செய்தார் காரைக்கால் தண்டாயுதப் பாணி நட்டுவனார்.

• வி.பி. தனஞ்சயன்

கேரளத்தைச் சார்ந்த தனஞ்சயன், தமிழர் நடனக் கலையையும், கேரள நடனக் கலையையும், பயிற்றுவிக்கும் ஒரு நட்டுவனார். இவரது துணைவியார் சாந்தாவும், நடனக் கலைஞராகவும், நடன ஆசானாகவும் திகழ்பவர். இவர், கலாச்சேத்திராவில் கல்வி கற்றபின், மலேசியாவில் நடனம் கற்றுக்கொடுக்கும் ஆசிரியராகவும் செயல்பட்டார்.

> மொழியைக் கடந்து அபிநயத்தின் மூலம் கருத்துக்களையும் உணர்வுகளையும் பாவங்களையும், இராக, தாள, பாவ, ஜதி அமைதிகளோடு கலைஞர்களின் மனதில் நாட்டியத்தைப் பதிய வைக்கமுடியும் என்பதனை இவ்விருவரும் உலகெங்கிலும் செய்து வருகின்றனர்.

(மேற்படி ப. 205)

நந்தனார் வரலாற்றை அடிப்படையாகக் கொண்டு " கண் சிவந்தால் மண் சிவக்கும்" எனும் நாட்டிய நாடகத்தையும் நடத்தியுள்ளார்.

கணவனும் மனைவியும் இணைந்து நடனத்தைக் கற்றுக்கொடுத்து நடனக் கலையைப் பரப்பி வருகின்றனர்.

- **காரைக்கால் கே.ஜே. சரசா**

தொடக்கத்தில் இசைகற்று, அதன்பின்னர், காட்டுமன்னார் கோயில் முத்துக்குமார் நட்டுவானரிடமும், வழுவூர். இராமையா பிள்ளை அவர்களிடமும் நடனமும் நட்டுவாங்கமும் கற்று, நடனம் ஆடுபவராகவும் நடன ஆசானாகவும் திகழ்பவர். சென்னையில், 'ஸரஸாலயா' எனும் நடனப் பள்ளியையும், ஆந்திர மாநிலம் ஹைதாபாத்தில் 'நிருத்யசிகரா' எனும் நடனப் பள்ளியையும் நடத்தி வருகிறார்.

விக்கிரமோர்வசியம், சாகுந்தலம், பாரிஜாதம், ஆதித்யஹ்ருதயம், சிலப்பதிகாரம், குன்றக்குடி குறவஞ்சி ஆகிய நடன நாடகங்களைத் தயாரித்துள்ளார்.

பெண் நட்டுவனார்களில் குறிப்பிடத்தக்க ஒருவர், தமிழர் ஆடற்கலையை அண்டை மாநிலங்களிலும் பரப்பியவர்.

- **கீரனூர் ஜே. கோவிந்தராஜ நட்டுவனார்**

தனது ஐந்தாம் வயதிலேயே நாதஸ்வரக் கலையைப் பயிலத் தொடங்கிய கோவிந்த ராஜ நட்டுவனார், பின்னர், ஒரு பாடகராக மாறினார். நடனத்திலிருந்த ஆர்வத்தால், நடனம் கற்று நடன ஆசிரியராகத் திகழ்ந்தார்.

புது தில்லியிலுள்ள எம்.கே.சரோஜா கோகரின் என்பவரின் நடன நிகழ்ச்சிகளுக்கு, இருபது ஆண்டுகள் தொடர்ந்து நட்டுவாங்கம் செய்துள்ளார். 'பரத நாட்டிய நிகேதன்' எனும் நடனப் பள்ளியையும் நடத்தி நடனம் கற்றுக்கொடுத்தார்.

> ஒன்பது நாட்டிய நாடகங்களைத் தயாரித்து இயக்கியுள்ள கோவிந்தராஜன், நான்கு பதவர்ணங்களையும், இயற்றியுள்ளார். 'நீ போய்ச் சொல்லுவாய்' (காம்போஜி) 'வருவாரோ வடிவேலன்' (பந்துவராளி), 'சொல்லடி' (ஷண்முகப்பிரியா) 'காணவேண்டுமடி' (ரஞ்ஜனி) என்பனவே அந்தவர்ணங்கள்

(மரபுவழி பரதப் பேராசன்கள் ப.59)

புதுதில்லியிலிருந்து வடபுலத்திலுள்ளோர்க்கு நடனம் கற்பித்து அங்குள்ளோர்க்குத் தமிழ் நடனத்தைப் பரப்பிய பெருமைக்குரியர்.

• தஞ்சாவூர் பி. ஹேரம்பநாதன்

தஞ்சாவூரில் புகழ்பெற்ற மிருதங்கக் கலைஞராகத் திகழ்ந்தவர், பாபுபிள்ளை. அவர், நடனமும் கற்றவர். அவரின் மைந்தரான ஹேரம்பநாதன் தந்தையின் வழிகாட்டலில் நடன ஆசிரியராகச் சிறப்புற்றுத் திகழ்பவர்.

பாகவத மேளத்திற்குப் புகழ்பெற்ற மெலட்டூரில், ஏறத்தாழ முன்னூறு ஆண்டுகளாகப் பாகவத மேளம் நடைபெற்று வருகிறது. இசையும் நடனமும் இணைந்து நடைபெறும் இந்நிகழ்வு, ஒருவார காலம் நடைபெறும். இசைக்கலைஞ்சரானத் தன் தந்தையுடன் அங்குச் சென்று, நடனத்தையும் கற்பித்து வந்தவர் ஹேரம்பநாதன், தற்பொழுது, பாகவத மேளத்திற்குரிய முழுப் பயிற்சியையும் ஒரு நட்டுவனராக அளித்து வருகிறார்.

> மேள ஸங்கமம், தேவார நாட்டியாஞ்சலி, காரைக்கால் அம்மையார், சுபத்திரா கல்யாணம், சிவன்மலைக் குறவஞ்சி போன்றவை, ஹேரம்பநாதன் தயாரித்த நாட்டிய நாடகங்கள்

(மரபு வழி பரதப் பேராசான்கள் ப.153)

மலேசியா போன்ற நாடுகளிலிருந்தும் இந்தியாவின் பலப் பகுதிகளிலிருந்தும் நடனம் கற்க வரும் சீடர்களைக் கொண்டுள்ளவர் ஹேரம்பநாதன்.

• ஆசான்களின் மரபும் தகுதியும்

இளங்கோவடிகள், நடனம் கற்பித்துக் கொடுக்கும் நடன ஆசான்களுக்கு என்னென்ன தகுதிகள் வேண்டுமென்று முன்னைய மரபுப்படி வரையறை செய்தார். ஆசான்கள் நடனக் கலையின் ஆணிவேர். கட்டடத்திற்கு, அடிப்படை வலுவாகவும், பாதுகாப்பாகவும், அமைவது போல் நடனத்திற்கு ஆசான்கள் அமைய வேண்டும். அப்பொழுதுதான் நடனம் எனும் கட்டடம் பழுதடையாது நிலைத்து நிற்கும். எனவே, நடன ஆசான்கள் நடனக் கலையின் முக்கியமான அங்கம் வகிப்பவர்கள். நடனக் கலைஞரின் புகழுக்கும் பெருமைக்கும் காரணமாகத் திகழ்பவர்கள் நடன ஆசான்கள். இவர்கள், நடனம் சொல்லிக் கொடுப்பவர்கள் மட்டுமல்ல, நடனத்தை உருவாக்கும் சிற்பிகள் *(Creative Artists)*.

சங்க காலம் முதல் இளங்கோவடிகள் காலம் வரையிலும் கிடைக்கின்ற சான்றுகள் வாயிலாக, ஆடற் கலை ஆசான்களுக்கென மரபும் தகுதிகளும் இருந்தமையை அறிய முடிகிறது, அதன்பின்னர், களப்பிரர் காலத்தில் கலைக்குச் சிறப்பிடம் கொடுக்கப்படாமையால் ஆசான்கள் பற்றிய செய்திகள் அதிகம் இல்லை. ஆனால் பல்லவர் காலத்திலிருந்து மராத்தியர் காலம் வரையிலும், நாட்டை ஆளுகை செய்த அரசர்களின் ஆதரவால், நடனக்கலை மக்களிடம் செல்வாக்குப் பெற்ற ஒரு சிறந்த கலையாக மிளிர்ந்த சூழலில், நடனப் பயிற்சியை அளிக்கும் நட்டுவனார்களைப் பற்றிய பல செய்திகள் சான்றுகள் கிடைக்கின்றன. நடனம், கோயிலின் பாதுகாப்பில் வளர்ந்தபொழுது, நடனம் கற்பித்த ஆசான்களும் முக்கியத்துவம் பெற்றுள்ளனர் என்பதையும் அறிய முடிகிறது.

நடனம் கற்பிக்கும் ஆசான்கள் பொதுவாக, இசை ஞானமும் பெற்றவர்களாகத் திகழ்கின்றனர். வாய்ப்பாட்டோடு, நாதசுவரம் உட்பட்ட இசைக்கருவிகளை வாசிப்பவர்களாகவும் காணப்படுகின்றனர். சிலர், தொடக்க நிலையில் இசையைக் கற்று அதன்பின் நடனம் கற்று, நடன ஆசிரியர்களாக மாறியுள்ளனர்.

நடன ஆசிரியர்களான நட்டுவனார்கள், பண்பாட்டுத் தூதுவர்களாகத் தமிழரின் ஆடற்கலைத் தூதுவர்களாக, ஐரோப்பா, அமெரிக்கா போன்ற மேலை நாடுகளுக்கும், மலேசியா, சிங்கப்பூர், இலங்கை போன்ற கிழக்கு ஆசிய நாடுகளுக்கும் சென்று, நடனத்தைக் கற்றுக் கொடுத்து, அக்கலையை உலகளாகிய நிலையில் பரப்பிய பெருமைக்குரியர்கள் . எனவே, தமிழரின் ஆடற்கலை வரலாற்றில், நட்டுவனார்கள் முக்கிய பங்கு வகிப்பவர்கள் .

நட்டுவனார்களில் பெரும்பான்மையோர், பல தலைமுறைகளாக நட்டுவனார் பரம்பரையைச் சார்ந்தவர்களாக உள்ளனர். அவர்களுக்குரிய நடன ஆசான்களாகத் திகழ்ந்தவர்கள் தந்தையும், தந்தையின் தந்தையும் ஆவர்.

நடனம் எவ்வாறு ஒரு பாரம்பரியப் பெருமை உடைய கலையாகப் பாதுகாத்து பேணப்படுகிறதோ, அதைப்போல, ஆடற்கலை ஆசான்களாக - பாரம்பரிய மரபுடைய நட்டுவனார்களாகத் தமிழர் நடனத்தின் சிறப்பினை வெளிப்படுத்தி, பயிற்சியளித்து பரப்பி ஆடற்கலையைப் பேணி பாதுகாத்து உலகளவில் அதற்குப் பெருமை சேர்த்து வருகின்றனர்.

22. நடனத்தின் வளர்ச்சியும் நெகிழ்ச்சியும்

தொல்காப்பியர் காலம் முதல் சங்கம் மருவிய காலம் வரையிலும், குறிப்பாக இளங்கோவடிகள் காலம் வரையிலும் நடனம் தமிழகத்தில் செழுமையுடனும் செல்வாக்குடனும் திகழ்ந்தமையை அறியமுடிகிறது. அதன் பின்னர், ஆட்சி மாற்றத்தால் கவின்கலைகள், புறக்கணிக்கப்பட்டன. அதிலும், களப்பிரர் ஆட்சிக் காலத்தில் சமண, பௌத்த மதங்களின் செல்வாக்காலும் தாக்கத்தாலும் மக்களால் புறக்கணிப்புக்கு உட்பட்டு விரும்பப்படாத ஒன்றாக அமைந்தன. பல்லவர், பாண்டியர் ஆட்சிக் காலத்தில் ஓரளவுக்கு ஆட்சியாளர்களின் ஆதரவு பெற்றுப் பரவியது. அதன் பின்னர், நாயக்கர், சோழர், மராட்டியர் ஆகியோர் ஆட்சிக் காலத்தில், நடனக் கலையில் ஒரு மறுமலர்ச்சி ஏற்பட்டது எனலாம். அதிலும் பக்தி இயக்கத்தின் செல்வாக்கால், நடனம், பெருமளவில் பரவி, பெருநிலையில் வளர்ச்சிபெற்றது. அதிலும், மன்னர்களாலும் கோயில்களாலும் நடனமாதர்கள் ஆதரிக்கப்பட்டபோது, நடனம் சிறப்புற்றுத் திகழ்ந்தது. கோயில்களில் நடன ஆசான்களும் தளிச்சேரிப் பெண்டிரும் அமர்த்தப்பட்டனர். பிற்கால ஆடற்கலை வளர்ச்சியில் சைவசமயத்திற்குப் பெரும் பங்கு உண்டு. இக்காலக் கட்டத்தில் இக்கலை, இறைவழிப்பாட்டுக் கலையாக மதிக்கப்பட்டது.

> சங்க காலத்தில் கூறப்பட்டக் கூத்தன் என்கிற கலைஞனின் பெயர், பக்தி இலக்கியக் காலத்தில், ஆடல் தெய்வத்தைக் குறிப்பதாயிற்று. கூத்து, இறை, ஆடற்கலை தெய்வமாகி, ஆடவல்லான் என்றும், அம்பலவாணன் என்றும் பெயரிடப்பட்டார். கூத்தின் பல்வேறு நிலைகளைச் சிற்பமாகவும், சிலையாகவும் படிமமாகவும், ஓவியமாகவும் ஆக்கி வழிபாடு செய்தனர்.

(இந்தியப் பண்பாட்டுத் தூதுவர்கள் தமிழ் நாட்டிய ஆசான்கள் ப.61)

சிவபெருமான் நடன வடிவில் வழிபடப்படுகிறார். சிதம்பரம் கோயிலில், இறைவன் நடன மூர்த்தியாகவே காட்சியளிக்கிறார். இத்திருவுருவை, கூத்தன் என்றும், நடராசர் என்றும் ஆடல் வல்லான் என்றும் சபாபதி என்றும் பல்வேறு பெயரிட்டு

அழைத்து வருகின்றனர். சைவத் திருமுறைகளும் சிவனின் ஆடல்பற்றிய செய்திகளை வழங்குகின்றன.

எனவே, பக்தி இயக்கக் காலத்தில், நடனம் ஒரு சக்தி வாய்ந்த இலக்கிய வடிவமாகவும், மக்களிடம் செல்வாக்கு மிகுந்த ஒரு கவின் கலையாகவும் வளர்ச்சி பெற்றது.

ஐரோப்பியர் வருகையாலும் குறிப்பாக ஆங்கிலேயர் ஆட்சிக் காலத்தில் ஏற்பட்ட அரசியல் மாற்றங்களாலும், சமூக, பக்தி இயக்கத்தின் செல்வாக்கு, குறையத் தொடங்கியது.

மேலும், ஆடற்கலை சதிராட்டம் என்று அழைக்கப்பட்டது. சதிராட்டம் பின்னர் தாசியாட்டம், சின்னமேளம் என்று உரைக்கப்பெற்றது.

கோயில்களில் அளிக்கப்பட்ட ஆதரவும் உதவிகளும் குறைந்த நிலையில், தேவரடியார் என்று அழைக்கப்பட்ட நடன மாதர் தேவதாசிகள், தாசிகள் என்று அழைக்கப்பட்டனர்.

டாக்டர். முத்துலட்சுமி ரெட்டி, அன்னிபெசன்ட் முதலியோர், 'தேவதாசிகளைக் காப்பாற்றி அவர்களுக்குப் புது வாழ்வு கொடுக்க முனைந்தனர். நடனத்தில் ஈடுபாடும் விருப்பமும் கொண்ட ஈ.கிருஷ்ண அய்யர் எனும் வழக்கறிஞர் தேவதாசிகள் ஆடிய சதிர் எனும் மரபுவழி நடனத்தைக் காப்பாற்றி மீட்டுருவம் கொடுக்க முயற்சிகளை மேற்கொண்டார். இதனால் நடனம் புத்துணர்ச்சியும் புதுவாழ்வும் பெற்றது. மேலும் ஒரு குறிப்பிட்டச் சமுதாயத்தைச் சார்ந்தவரால் மட்டுமே ஆடப்பட்ட நடனக் கலையைப் பிறரும் விரும்பி ஏற்கக் கூடிய ஒரு கவின் கலையாக மிளிரச் செய்த பெருமை ஈ கிருஷ்ண அய்யரையேச் சாரும்.

இப்புதிய சூழலில் தேவதாசி வகுப்பினரைச் சாராத, சமூகத்தின் பிற வகுப்பினரும் கலந்துகொள்ளும் சூழல் ஏற்பட்டது.

> முதலியார் இனத்தைச் சார்ந்த குமாரி பாரதி என்பவர்தான் முதன் முதலில் நாட்டியத்தை முறையாகக் கற்றுப் பொது மேடைகளில் அரங்கேற்றம் நிகழ்த்தியாவர்... இவருக்கு அடுத்து நடனம் கற்றக்கொண்டவர் மயிலாப்பூரைச் சார்ந்த புகழ்பெற்றப் பொறியியலாளர். கணபதி அய்யர் அவர்களின் மகள் குமாரி கலாநிதி. இவர்களைத் தொடர்ந்து வைதீகப் பிராமணக் குலத்தைச் சார்ந்த ருக்மணி தேவி நடனம் பயிலத்

தொடங்கினார். இவரால் நாட்டியம் புதிய பாதையில் பயணிக்கத் தொடங்கியது.

(தொன்மைச் சதிரும் நவீன பரதமும் : ப. 54, 55)

ருக்மணி அருண்டேலின் சமகாலத்தைச் சார்ந்த பால ஸரஸ்வதி, தமிழர் ஆடற்கலையில் தலைசிறந்த ஒருவராகத் திகழ்ந்ததோடு, உலகளாவிய நிலையில் நடனத்தைப் பரப்பினார். இவரது நடனத்தின் சிறப்பினையும் உயர்வினையும் அறிந்து அயல்நாட்டவர் அழைத்ததின் வாயிலாக அயல் நாடுகளுக்குச் சென்று நடன நிகழ்ச்சிகள் நடத்தியதோடு அமையாது. அயல் நாட்டவர்க்கு நடனமும் கற்பித்துக் கொடுத்த ஓர் ஆடல் ஆசியரியனாகவும் திகழ்ந்தார். தமிழரின் ஆடற்கலையை உலகளாவிய நிலையில் வளப்படுத்தியதில் பாலசரசுவதிக்கப் பெரும்பங்குண்டு.

பாலசரசுவதியின் மகளான இலட்சுமி நைட்டும் சிறந்த நடனம் ஆடுபவராகவும், நடன ஆசிரியராகவும் திகழ்ந்தார். அமெரிக்காவில் உள்ள, இந்திய இசை மற்றும் நடனம் கற்பிக்கும் நிறுவனத்தில் நடனம் கற்றுக் கொடுக்கும் பேராசிரியராகவும் பணியாற்றினார். இவரது மகன், அனுராதா நைட், ஒன்பதாவது தலைமுறையில் முதன்முதலாக நடனம் ஆடும் ஓர் ஆடவர். உலகப்புகழ்பெற்ற ஜேக்கப் பில்லோ நடன விழாவில் பங்கேற்ற பெருமைக்குரியவர், அமெரிக்கப் பல்கலைக்கழகம், இசை நடன பண்பாட்டுத் துறைகளில் வருகை தரு பேராசிரியராகவும் பணியாற்றுகிறார். இந்தியாவிலும் அமெரிக்காவிலும் பாலசரசுவதி நடனப்பள்ளிகள் தொடங்கி நடனம் பயிற்றுவிக்கிறார். எனவே, பாலசரசுவதியின் தலைமுறையினர் தமிழர்நடனத்தை வளப்படுத்தி வருகின்றனர்.

பாலசரசுவதி ருக்மணி அருண்டேல் ஆகியோரைத் தொடர்ந்து, மகளிர் பலரும் நடனம் கற்கத் தொடங்கி சிறப்புற்றுத் திகழ்கின்றனர். அவர்களில் குறிப்பிடத்தக்கவர்கள் சந்திரலேகா, மல்லிகா சாராபாய், இந்திராணி இரகுமான், பத்மா சுப்பிரமணியம், சருக்கை அலர்மேலு வள்ளி, சுதாராணி ரகுபதி, சித்ரா விஸ்வேஸ்வரன், லீலா சாம்சன், தனஞ்சயன், அனிதா ரத்னம், அனிதா குகா, நர்த்தகி நடராஜ், முனைவர் செ. கற்பகம் ஆகியோர் ஆவர். இவர்களில், முனைவர் செ.கற்பகம் பல்கலைக்கழகப் பேராசிரியராக நடனத்தைக் கற்பித்து வருகிறார். இவர்கள் தமிழரின் ஆடற்கலையை வளர்க்கவும் வளப்படுத்தவும் பரப்பவும் பெரும் பங்கினை அளித்து வருகின்றனர்.

மேற்குறிப்பிட்டவர்களில் பலர், நடனப் பயிற்சிப்பள்ளிகளையும் நடத்தி வருகின்றனர். இவர்களைப் பின்தொடர்ந்து நூற்றுக்கணக்கான நடனப்பள்ளிகள் தொடங்கப்பட்டுள்ளன. நடன சபாக்களும் நடனக் கலையைப் பரப்புவதிலும் வளர்ப்பதிலும் பெரும்பங்கு வகிக்கின்றனர்.

திரைப்படத் துறையிலும் ஒரு காலக்கட்டத்தில், நடனம் செல்வாக்கு பெற்ற ஒரு கலையாக விளங்கியது. திரைப்படங்களில் நடனம் ஒரு முக்கியப் பங்கு வகித்தது. சிலப்பதிகாரத்தில், நடனம் ஆடுபவர்க்கு ஆடலும், பாடலும், அழகும் எவ்வாறு தகுதிகளாகச் சுட்டப்பட்டதோ, அதைப்போல, தமிழ்த்திரைப்பட கதாநாயகி உட்பட்டப் பெண் நடிகைகள், ஆடலும், பாடலும், அழகும் பெற்றிருக்க வேண்டும் என்ற வரையறையை வைத்திருந்தனர். அவற்றின் அடிப்படையிலேயே ஆரம்ப காலத்தில் நடிகைகளைத் தேர்ந்தெடுத்தனர். குசலகுமாரி, சாயி இலட்சுமி, லலிதா, பத்மினி, இராகினி, வைஜெயந்தி மாலா போன்றோர் முறைப்படி நடனம் கற்ற, இசையறிவும் பெற்ற நடிகைகள்,

தொடக்க நிலையில், லலிதா, பத்மினி, ராகினி சகோதிரிகள் பல திரைப்படங்களில் நடன நிகழ்ச்சிகளில் மட்டுமே பங்கு பெற்றனர். பின்னர், நடனம் கற்ற ஒரு கதாநாயகி பாத்திரத்தில் பத்மினி பங்கேற்றார். அவர்களது மருமகள் சோபனாவும் முறைப்படி நடனம் கற்றுத் திரைப்படங்களில் அறிமுகமாகி, இன்று கதாநாயகியாகப் பல படங்களில் நடித்து வருகிறார். சென்னையில் ஒரு நடனப்பள்ளியை நிறுவி நடனம் கற்பித்து வருகிறபார். எனவே, தமிழ்த் திரைப்படங்களில் பாரம்பரிய நடனக்கலை பரவவும் வளரவும் வாய்ப்பளிக்கப்பட்டது.

நடனத்தையே மையமாகக் கொண்டு, கொத்தமங்கலம் சுப்பு என்பவர், ஆனந்தவிகடன் இதழில் தொடர்ந்து "தில்லானா மோகனம்பாள்" எனும் ஒரு புதினம் எழுதினார். அந்தப் புதினம் பின்னர், அதே பெயரில் திரைப்படமாக்கப்பட்டது. அதில், நடனக் கலையில் சிறப்புற்றுத் திகழ்ந்த, ஆடற் கலைஞராகிய பத்மினி தலைமை பாத்திரம் ஏற்று நடித்தார். நாதசுரமும் நடனமும் இணைந்த அத்திரைப்படம், தமிழர்களின் கவின்கலைகளின் சிறப்பினை வெளிப்படுத்தும் ஒரு திரைப்படமாக இன்றளவும் புகழ் பெற்றுத் திகழ்கிறது. இது, அக்காலக் கட்டத்தில், திரைப்படத்துறை நடனத்திற்குக் கொடுத்தச் சிறப்பிடத்தை வெளிப்படுத்துகிறது.

இன்று, திரைப்படத்துறையில் இச்சூழல் முற்றிலும் மாறுபட்டுள்ளது. நடனம் என்ற பெயரில் தமிழ் மரபிற்கு முற்றிலும் மாறுபாடான, கலப்படமாக ஆட்டமும், கூத்தும் பாட்டும் நிகழ்த்தப்படுகின்றன.

- **தற்காலம்**

தமிழர்களின் பாரம்பரியப் பெருமையுடைய ஆடற்கலையைக் கற்க, இந்தியாவின் பிற மாநிலங்களிலிடமிருந்து மட்டுமல்ல, உலக நாடுகளிலிருந்தும் ஆடவரும் மகளிரும் வருகின்றனர்.

பந்தணி நல்லூர் மீனாட்சி சுந்தரம் பிள்ளை, மைலாப்பூர் கௌரி அம்மாள், முத்துக் குமாரப்பிள்ளை, சொக்கலிங்கம் பிள்ளை, வழுவூர் தண்டாயுத பாணி பிள்ளை முதலிய பாரம்பரிய கலைஞர்கள் பழைய மரபைப் பின்பற்றி நடனம் கற்பித்துப் பல நடன மாதர்களை உருவாக்கி வருகின்றனர்.

நடனம் செல்வாக்கு மிகுந்த ஒரு கலையாக மிளிர்ந்தமையால் புற்றீசல் போல, தனிப்பட்டவர்களின் நடனப் பள்ளிகள் பல தோன்றியுள்ளன. நாள்தோறும் அரங்கேற்றம் நிகழும் வகையில் மக்கள் மத்தியில் நடனம் மதிப்புமிகு கலையாக மாறியுள்ளது. ஆனால் தமிழர்களின் தனிச் சொத்தாகத் தனித்தன்மையுடன் பல தலைமுறையாகத் தமிழ்ப் பாரம்பரியத்துடன் வளர்ந்து வந்த நடனக்கலை, சூழலாலும், புறத்தாக்கங்களாலும் பிறச் செல்வாக்காலும் அதற்குரிய தூய்மையை இழந்து வருகிறது.

தொடக்கக் காலத்திலிருந்து, குறிப்பாக இளங்கோவடிகளின் காலத்திலிருந்து நடனக் கலையின் முதுகெலும்பாக ஆணிவேராகக் கருதப்பட்டவர்கள் ஆடல் ஆசான்களாகிய நடனத்தைக் கற்பிக்கம் நட்டுவனார்கள். இன்று, அந்தப் பரம்பரையினர் மிகவும் மருகிவிட்டனர். அவர்கள், பழைய மரபைப் பின்பற்றி, அதன் அடிப்படைக் கூறுகள் மாறாமல், பாதுகாத்து, தமிழர் நடனத்தை வளர்த்தனர். ஆனால், தற்பொழுது, நடனத்தை ஓரளவுக்கே கற்றவர்கள், தாமாகவே நடனப் பள்ளிகளைத் தொடங்கி, 'வந்த வழிமுறை' என்ற சிலப்பதிகாரத்தில் சொல்லப்படுகிறதே அந்த மரபைப் பின்பற்றாமல் பழமை பொருந்திய செழுமியத் தன்மையைக் குறைக்கும் வகையில், எளிமை என்று கூறித் தாம் அறிந்து கொண்டவற்றை மட்டுமே அடிப்படையாகக் கொண்டு, நடனத்தைக் கற்பித்து அரங்கேற்றி வருகின்றனர்.

ஆடம்பரத்திற்காகவும், விளம்பரத்திற்காகவும் பயன்படுத்தப்பட்டு, இந்நடனக் கலை, பழைய மரபு கெடாமல் பாதுகாக்கப்பட வேண்டுமென்ற ஆர்வத்துடன் நடனத்தில் ஈடுபாடுடையவர்கள் முயன்று வருகின்றனர்.

நடனம், இன்று சிறப்பும் செல்வாக்கும் மிகுந்த ஒரு கவின்கலையாகத் திகழ்கிறது . நடனம் கற்பதைப் பெருமையாகவும், சிறப்புக்குரிய ஒன்றாகவும் கருதுகின்றனர். பொது நிகழ்ச்சிகள், சிறப்பு நிகழ்ச்சிகள், விழாக்கள், மாநாடுகள், திருமண வரவேற்பு நிகழ்ச்சிகள் முதலியவற்றில் மதிப்புறு நிகழ்ச்சியாக நடனம் இடம் பெற்றுள்ளது.

சிலப்பதிகாரத்தில் கூறப்படுகின்ற ஐந்து வயதில் நடனம் கற்கத் தொடங்க வேண்டும் என்றத் தொன்மை மரபைப் பின்பற்றுவதுபோல், தொடக்கப் பள்ளியில் கற்கும் காலத்திலேயே தம் பிள்ளைகளுக்கு நடனம் கற்றுக் கொடுக்க வேண்டும் என்ற ஆர்வம், இன்று பெற்றோரிடம் மிகுந்துள்ளது. தங்களது செல்வத்தையும் செல்வாக்கையும் பெருமையையும் வெளிப்படுவதற்குரிய வாய்ப்பாக வாயிலாகக் கூட கருதி, தங்கள் குழந்தைகளின் நடன அரங்கத்தை பெருமளவிலான விளங்கரங்கள் மூலம் நடத்துகின்றனர். அந்த அளவுக்கு நடனத்தில் செல்வாக்கு மிகுந்துள்ளது.

மேலும், அயல்நாடுகளில் குடிபெயர்ந்து வாழும் தமிழர்கள் தங்கள் விழாக்களிலும், சிறப்பு நிகழ்ச்சிகளிலும், மாநாடுகளிலும், மதிப்புறு கலையாக நடனம் அரங்கேற்றப்படுகிறது. அங்கு நடைபெறும் நடன நிகழ்ச்சிகளைக் கண்டு களிக்கும் அயல் நாட்டவரும் தமிழரின் ஆடற்கலையை வியந்து, இரசித்துப் பாராட்டும் வகையில் உலகெங்கும் இன்று செல்வாக்குப் பெற்று மிளிர்கிறது.

அறிவியல் கண்டுபிடிப்புக்களால், கணினி யுகம் என்று அழைக்கப்படும் இந்நூற்றாண்டில், யூடியூப் (YouTube) வாயிலாக நாம் விரும்பும் நடன நிகழ்ச்சிகளைப் பார்க்கலாம். பார்த்து மகிழ்கின்றனர். உலகளாவிய நிலையில், ஏனையக் கல்விகளைக் கற்பித்தலைப்போல, இணைய வழியிலும் நடனத்தைக் கற்பிக்கின்றனர், கற்கின்றனர்.

23. ஆடற்கலையும் ஆய்வும்

நடனம் பற்றிய கல்வியும், ஆய்வுகளும் உலகளவில் நடைபெற்று வருகின்றன. எடுத்துக்காட்டாக எடின்பரோ பல்கலைக்கழகத்தில், நடனக்கல்வியும், ஆய்வுகளும் நிகழ்த்தப்படுவதோடு, நடனக் கலை பற்றிய நடன ஆய்வு இதழ் (*Dance Research Journal*) ஒன்றும் வெளியிடப்படுகிறது. அதற்கென ஒரு நடன ஆய்வுக்கழகம் (*Society of Dance Research*) நிறுவப்பட்டுள்ளது. இந்த நடன ஆய்வு இதழில், நடனத்தில் பயன்படுத்தும் உடல் அசைவுகள், நடனமும் இசையும், நடன வரலாறு, நடனம் தொடர்பானச் சமூக வரலாறு, நடன வரலாற்றில் சமூகப் பங்களிப்பு, நடனத்தில் பயன்படுத்தும் கலை நுட்பங்கள் முதலியவை பற்றிய ஆய்வுகள் இடம்பெற்றுள்ளன. இத்தகைய ஆய்வை, புகழ்மிகு பாலே (*Ballet*) நடனத்தில் நடத்தியுள்ளனர். பாலே, இத்தாலி நாட்டிலிருந்து பிரஞ்சு நாட்டிற்கும், உருசியாவிற்கும் பின்னர் ஐரோப்பாவிற்கும் எனைய நாடுகளுக்கும் சென்ற வரலாறு முறையான ஆய்வின் வாயிலாக எழுதப்பட்டுள்ளது. மேலும், பாலே நடனம் பிற நடனத் தாக்கத்தையும் செல்வாக்கையும் பெற்று இன்று எவ்வாறு நிகழ்த்துக்கலையாக நிகழ்த்தப்படுகிறது என்பதைப் பற்றிய பல ஆய்வுகள் வெளிவந்துள்ளன.

பாலே நடனம், பதினைந்தாம் நூற்றாண்டில்தான் கலை வடிவம் பெற்றது. ஆனால், அதற்கு முந்தைய பல நூற்றாண்டுகளுக்கு முன்னால் தோன்றிய, தமிழரின் ஆடற்கலையான நடனத்திற்கு உண்மையின் அடிப்படையிலான சான்றாதாரங்களுடன், முறையான வரலாறு முழுமையாக இன்னும் வரவில்லை. முறையான ஆய்வுகளும் பெருமளவில் நடைபெறவில்லை எனலாம்.

- **பேராசிரியர் செ. இரகுராமன்**

பேராசிரியர் செ.இரகுராமன் அவர்கள், தாம் மேற்கொண்ட ஆய்வின் அடிப்படையில் பெற்றச் சான்றாதாரங்களைக் கொண்டு, 'தமிழர் நடன வரலாறு' என்ற ஓர் அரிய நூலை எழுதியுள்ளார். இது, ஒரு முன்னோடி முயற்சி. நடனம் பற்றிய பிற ஆய்வுகளுக்கு வழிகாட்டி.

பத்மா சுப்பிரமணியம்

சுமார் 2000 ஆண்டுகளாக நம் நாடெங்கும் பரவிக் கிடக்கும் பரத நாட்டியம் எனும் பழம்பெரும் கலைக்குப் பரத முனிவரின் நாட்டிய சாஸ்திரமே ஆதாரம். நாட்டியம் அல்லது நடனம் என்பதற்கு "நட்" எனும் சமஸ்கிருதமே மூலச் சொல்லாகும்

- என்று கூறுவதையும் (பரதக்கலைக் கோட்பாடு ப.1)

தமிழக நடனத்தைப் பற்றிய விவரங்கள் தரும் மூல நூல்கள் வடமொழியில் உள்ளவையே

(இந்தியச் செவ்வியல் நடனம். ப.9)

என்று கபிலர் வாத்ஸ்யாயின் குறிப்பிடுவதையும்,

பரதமஹரிஷி எழுதிய நாட்டிய சாஸ்திரமே தமிழ் நாட்டியத்திற்கு அடிப்படை. நாட்டியத்தைப் பற்றிய தமிழிலுள்ள இலக்கியங்கள் மிகவும் கொஞ்சமே.

(பரத நாட்டியம் ப.9)

என்று, வே. இராகவன் குறிப்பிடுவதையும்,

இந்திய மாநில மொழிகளைப் போல், தமிழும் ஒரு மாநில வட்டார மொழியே. ஆனால், இது கடன் பெறுவதில் முந்திக் கொண்டது. சங்கப் பாடல்கள் அகத்திணை புறத்திணைப் பாடல்கள் எல்லாம் தமிழ் மண்ணில் கிளைத்து வளர்ந்தவை அல்ல. அவை, நாட்டியம், நடனம் என ஆடல் பாடல்களுக்கு எனக் கற்பனையாக எழுதப்பட்டவை. கூத்து, ஆடல்களுக்கு என எழுதப்பட்டக் கற்பனைகளே அகம், புறம் எனப்பட்டன. ஐந்து நிலப்பாகுபாடு என்பது முற்றிலும் கற்பனையே.

(வரலாற்றில் பரதநாட்டியம் ப.5)

என்று தொல்லியல் துறையைச் சார்ந்த இரா. நாகசாமி கூறுவதையும் மறுத்து, இவை அனைத்தும் தவறானவை, ஒரு சார் தகவல்கள். அவை அனைத்தும் - பொய் என்று தனது ஆதாரத்துடன் கூடிய ஆய்வு மூலம் நிறுவியவர் செ. இரகுராமன் அவர்கள்,

நாட்டியம், நடனம் எனும் சொற்களுக்கு உரிய வேர்ச்சொல் நடு, நடை என்பதாக இருக்க பரதர் கூறியது போல் 'நட்' என்பதாக இருக்க முடியாது. நட் எனும் சொல் மூல வடமொழிச்

சொல்லாக இருக்க இயலாது என்பதை வடமொழி அறிஞர்களே ஏற்றுக்கொண்டுள்ளனர்.

> நடனத்தில் பயன்படுத்தப்பட்ட இசை, தாளம் அனைத்தும் தமிழ் மரபைச் சார்ந்தவைகளே. இவைகளைப் பற்றிய எந்த ஒரு முறையும் பரத சாத்திரத்தில் இல்லை. எனவே, நாட்டிய நன்னூல் தமிழ்க் கூத்தினுக்காய் எழுதப்பட்டத் தொன்மையானத் தமிழ் நூலே.
>
> *(செ. இரகுராமன், நடனக் கலைச்சொல் களஞ்சியம் ப.164)*

இவ்வாறு, நடனம் தமிழர்களின் பாரம்பரியக் கலை என்பதைத் தம் ஆய்வுகளின் வாயிலாக நிறுவியுள்ளார்.

• மருத்துவர் இரா. கலைக்கோவன்

தமிழ் இலக்கியம், வரலாறு, பண்பாடு ஆகியவை பற்றிய ஆய்வில் தனக்கென ஒரு தனியிடம் பெற்றுத் திகழ்ந்தவர் பேராசிரியர் மா. இராசமாணிக்கனார். அவர் இயற்றிய, "தமிழகக் கலைகள்" எனும் நூல் பண்பாட்டின் வெளிப்பாடான நடனம் உட்படத் தமிழர்களின் கவின் கலைகளைப் பற்றிய ஒரு சிறந்த ஆய்வு நூல். அந்நூலில், தம் ஆய்வின் மூலம், தொல்காப்பியர் காலத்திலிருந்து அண்மைக் காலம் வரையிலும், நடனம் உட்பட்டக் கவின் கலைகள், எவ்வாறு சிறப்புற்றுத் திகழ்ந்தன என்பதனை இலக்கியச் சான்றுகள் கல்வெட்டு சான்றுகள் முதலியவற்றால் எடுத்துரைத்துள்ளார். அவரது மகன் மருத்துவர் மா. கலைக்கோவன், தந்தையின் அடிச்சுவட்டைப் பின்பற்றித் தமிழ் ஆய்வுகளில் ஈடுபட்டு வருகிறார். தந்தையின் பெயரால் ' டாக்டர் மா. இராசமாணிக்கனார் வரலாற்று மையம்' என ஒரு கல்வெட்டு ஆய்வு மையத்தினைத் தொடங்கி அதன் வாயிலாக நடனம் தொடர்பானப் பல ஆய்வுப் பணிகளைச் செய்து வருகிறார். குறிப்பாகக் கல்வெட்டுச் சான்றுகள் வாயிலாகப் பல உண்மைகளை நிரூபித்துள்ளார்.

நடனம் பற்றிக் " கலை வளர்த்தத் திருக்கோயில்கள்,' "காட்டுக்குள் ஒரு கலைக் கோயில்," "சோழர் கால ஆடற்கலை" ஆகிய நூற்களை இயற்றியுள்ளார். தனது அகழாய்வுக் குழுவுடன், பல கோயில்களுக்குச் சென்று, கள ஆய்வுகள் மேற்கொண்டு, நடனம் தொடர்பானப் பல கல்வெட்டுகளையும்

சிற்பங்களையும் கண்டுபிடித்து, அவற்றின் வாயிலாகத் தமிழர்களின் ஆடற்கலையாகிய நடனம் எத்தகைய தொன்மையும் வளமையும் வாய்ந்தது என்பதனை நிரூபித்துள்ளார்.

'சோழர் கால ஆடற்கலை' எனும் நூலில் பல்லவர், பாண்டியர் காலம் முதல் பிற்காலச் சோழர் காலம் வரையிலும் நடனக் கலை எவ்வாறு சிறப்புடன் திகழ்ந்தது என்பதைத் தம் அகழ்வாய்வுகள் வாயிலாகக் கிடைத்தக் கல்வெட்டுகள் சான்றுகளைக் கொண்டு வெளிப்படுத்துகிறார். குறிப்பாகச் சோழர் காலத்தில் நடனக் கலையின் வளர்ச்சி, செல்வாக்கு ஆகியவற்றை ஆவணப்படுத்தியுள்ளார்.

சோழர் காலத்தில், ஆடல் பயிற்றுவிக்கப்பட்டதாகக் குறிப்பிடப்படும் கோயில்களையும் தளிச்சேரிகளையும் பற்றிய முழுச் செய்திகளையும் தஞ்சாவூர் இராஜராஜேசுவரம் திருக்கோயிலில் கண்டெடுக்கப்பட்ட கல்வெட்டுகள் வாயிலாக வெளிப்படுத்துகிறார்.

ஆடலில் தலைசிறந்தப் பெண்களுக்குத் ' தலைக்கோலியர்' பட்டம் வழங்கப்பட்டது. இப்பழக்கம் இருந்தமையைச் சிலப்பதிகாரம் எடுத்துரைக்கிறது. சோழர் ஆட்சிக் காலத்தில், தமிழ்நாட்டுத் திருக்கோயில்களில், தலைக்கோலியர் பலர் இருந்தனர் என்பதனைத் திருவாரூர் திருக்கோயிலுள்ள மூன்று சோழர்கால கல்வெட்டுகளின் துணை கொண்டு நிரூபிக்கிறார். மேலும், திருவிடைமருதூர்த் திருக்கோயிலிலும், திருவையாறு அய்யாறப்பா திருக்கோயிலும், தில்லைத்தானம் நெய்யடிப்பர் கோயிலிலும், திருவொற்றியூர் ஆதிபுரீசுவரர் கோயிலிலும், தலைக்கோலியர் பணியாற்றாமையையும் வெளிப்படுத்துகிறார். தம் கள ஆய்வில் கிடைத்தச் சான்றுகள் வாயிலாக, கோயில்களில் இடம்பெற்றிருந்த கரணச்சிற்பங்களைப் பற்றிப் பல தகவல்களைத் தருகிறார். மேலும், தம் கள ஆய்வுகள் வாயிலாகக் கோயில்களில், பல்வேறு நிலையில் ஆடப்பட்ட நடன மாதர் சிற்பங்களைப் பெருமளவில் நிழற்படமெடுத்து ஆவணப்படுத்திப் பிற்கால ஆய்வாளர்களுக்கும் பயன்பெறும் வகையில் செய்துள்ளார்.

எனவே, தமிழரின் ஆடற்கலை பற்றிய ஆய்வில், இரா. கலைக்கோவின் பங்களிப்பு முக்கியமான ஒன்று.

• பேராசிரியர் வெ.மு. ஷாஜகான் கனி

பேராசிரியர் வெ.மு.ஷாஜகான் கனி அவர்கள் சிலப்பதிகாரத்தின் அரங்கேற்றுக் காதையை முழுமையாக ஆராய்ச்சி செய்து, 'அரங்கேற்றுக் காதை ஆராய்ச்சி' எனும் மிகச் சிறந்த ஆராய்ச்சி நூலை வெளியிட்டுள்ளார்.

அரங்கேற்றுக் காதை எவ்வாறு நடனத்தின் ஒரு கலைக்களஞ்சியமாகத் திகழ்கிறது என்பதைத் தம் ஆய்வின் மூலம் வெளிப்படுத்துகிறார்.

பழந்தமிழர்கள், நடனக்கலையில் எவ்வாறு சிறப்புற்றுத் திகழ்ந்துள்ளனர், எவ்வாறு அறிவாற்றல் மிகுந்த ஒரு சமுதாயத்தினராய் ஆடற்கலையைப் படைத்து வளர்த்துள்ளனர் என்பதைப் பல சான்றுகள் வாயிலாக வெளிப்படுத்துகிறார்.

மேடை அமைத்தலில் கையாளும் நுணுக்கங்கள், அமைப்பு முறை முதலியவற்றை விரிவாகவும், தெளிவாகவும் விளக்கி, நடனக்கலையும் அதற்காக அமைக்கும் அரங்கங்களும், இன்றைக்குள்ள நவீன வசதிகளுக்கு ஒப்ப வளர்ச்சியடைந்துள்ளமையை மிகத் தெளிவாகத் தனது ஆய்வின் மூலம் வெளிப்படுத்துகிறார் ஷாஜகான் கனி. நடனம் பற்றிய ஆய்வில் இது ஒரு சிறந்த நூல்.

• பத்மா சுப்பிரமணியம்

புகழ்வாய்ந்த நடனக் கலைஞராகவும், நடன ஆசிரியராகவும், நடன ஆய்வாளராகவும் விளங்குபவர் பத்மா சுப்பிரமணியம்.

"இந்திய நடனத்திலும், சிற்பத்திலும் கரணம்" எனும் தலைப்பில் ஆய்வு செய்து முனைவர் பட்டம் பெற்றுள்ளார். தஞ்சாவூர் பெரிய கோயில், கும்பகோணம் சாரங்கபாணி கோயில், சிதம்பரம் நடராசர் கோயில், திருவண்ணாமலை கோயில், விருத்தாச்சலம் கோயில் ஆகியவற்றில் காணப்படும் கரணச் சிற்பங்களைப் பற்றியதொரு சிறந்த ஆய்வு செய்துள்ளார்.

கரணம் என்பது பல அசைவுகளைக் கொண்டது என்றும் அவ்வசைவுகளின் ஒரு பகுதியே சிலைகளில் அமைந்துள்ளது என்பதனையும் அறிந்து, ஏனைய அசைவுகள் எப்படி அமைந்திருக்கும் என்பதனை மீட்டுருவாக்கும் பணியில் ஈடுபட்டார் பத்மாசுப்பிரமணியம்,

(இந்தியப் பண்பாட்டுத் தூதுவர்கள் தமிழ் நாட்டிய ஆசிரியர்கள் ப.192)

இவர் இயற்றிய, '''Bharata Art Then and Now''' என்ற ஆங்கில நூலிலும் ' இந்திய நடனம்' பற்றிய கட்டுரையிலும் நடனம் பற்றிய ஆய்வுகளை மேற்கொண்டுள்ளார். மேலும் கும்பகோணம் கோயிற் சிற்பங்களையும் ஆராய்ந்துள்ளார்,

- **முனைவர் க. நர்மதா**

பிற்காலத்தில், நடனம், சதிர், சதிராட்டம் என்று அழைக்கப்பட்டக் காலத்தையும் சதிராட்டத்தைப் பற்றியும், அவ்வாட்டத்தை நிகழ்த்திய தேவரடியார் என்று அழைக்கப்பட்டத் தேவதாசிகளின் நிலை, அதன்பின் சதிர், பாரதநாட்டியம் என்ற பெயர் பெற்று வளர்ந்த நிலை, பற்றிப் பல கள ஆய்வுகளை மேற்கொண்டு "தொன்மைச் சதிரும் நவீன பரதமும்" என்னும் தலைப்பில், க.நர்மதா ஒரு சிறந்த ஆய்வு நூலை எழுதியுள்ளார்.

தம் ஆய்வில், தஞ்சை நால்வர் என்று அழைக்கப்படும் சின்னையா, பொன்னையா, சிவானந்தம், வடிவேல் ஆகியோரும் பாலசரசுவதியும் நடனத்திற்கு அளித்த பங்களிப்பு, சமூக ரீதியாகத் தேவதாசிகள் நடைமுறையை எதிர்த்துப் போராடிய முத்துலட்சுமி ரெட்டி, தேவதாசிகள் வளர்த்தப் பாரம்பரிய நடனக்கலை அழிந்துவிடக் கூடாது என்பதற்காகப் பாடுபட்ட ஈ.கிருஷ்ண அய்யர் ஆகியோரின் பணி ஆகியவற்றை தம் ஆய்வு நூலில் விரிவாக விளக்கியுள்ளார். ஆடற்கலையின் மரபு, ஆடல் மகளிரின் மரபு, அவர்கள் நடனம் கற்றுக் கொண்டமுறை, தேவரடியார்களாக, ஆலயங்களில் பணியாற்றிய மகளிர், பொட்டுக் கட்டும் முறை, கோயிலில் நடனம் தொடர்பாக நடைபெறும் சடங்குகள் முதலியவற்றைத் தம் கள ஆய்வு வாயிலாக வெளிப்படுத்துகிறார் நர்மதா:

மேலும், ஒவ்வொரு ஆட்சிக் காலத்திலும் தேவரடியார்கள் பெற்ற ஆதரவுகளையும் கோயில் சடங்குகளில் அவர்கள் பங்குகொண்டமையையும், பிற்காலத்தில் அவர்கள் புறக்கணிக்கப்பட்டமையையும் எடுத்துரைக்கிறார். இன்று மேல்மட்ட மக்களால் 'பரதநாட்டியம்' என்ற பெயரில் ஆடப்படும் நடனம், அமைந்த சூழலையும் அதன் வளர்ச்சியையும் தம் நூலில் எடுத்துரைக்கிறார்.

மேலும், "'சிலம்பு தந்த செவ்வியல் கலை" என்ற நூலிலும் சிலப்பதிகாரத்தில் இடம் பெற்றுள்ள நடனம் பற்றிய செய்திகளைத் தொகுத்துத் தந்துள்ளார் ஆய்வாளர் நர்மதா.

- **பேராசிரியர் சண்முக, செல்வகணபதி**

பாரம்பரியமாகப் பல தலைமுறையாக நடனக் கலையைப் பாதுகாத்துப் பேணிவளர்த்த நாட்டிய ஆசிரியர்களான நட்டுவனார்களைப் பற்றி ஆய்வு செய்து, "இந்தியப் பண்பாட்டுத் தூதுவர்கள், தமிழ்நாட்டின் ஆசிரியர்கள்" என்ற, ஓர் அருமையான ஆய்வு நூலை, பேராசிரியர் சண்முக. செல்வகணபதி வெளியிட்டுள்ளார். இன்று வாழ்ந்து கொண்டிருப்பவர்களை நேரில் சந்தித்து, நடனக்கலைக்கு அவர்களின் பங்களிப்பு பற்றியும், அவர்கள் முன்னோர் ஆற்றிய பணி பற்றியும் தகவல்களைப் பெற்று, நடன ஆசான்களான நட்டுவனார்கள் பற்றியத் தகவல்களைத் தருகிறார்.

இந்தியப் பண்பாட்டில், தமிழர்களின் பங்களிப்பு, குறிப்பாக ஆடற்கலையின் பங்களிப்பு, சமயத்தில் நடனம் பெற்றச் செல்வாக்கு, இறைவனும் நடனமும் முதலிய பல செய்திகளைத் தம் ஆய்வின் வாயிலாக நூலில் வெளியிட்டுள்ளார்.

மேலும், "தஞ்சை தந்த ஆடற்கலை" என்ற தம் ஆய்வு நூலில், தஞ்சையை ஆண்ட மன்னர்களாலும், கோயில்களாலும், நடனக்கலை, எவ்வாறு சிறப்புற்று மிளிர்ந்தது என்பதைப் பல சான்றுகள் வாயிலாக எடுத்துரைக்கிறார் பேராசிரியர் செல்வ கணபதி.

- **பி.எம்.சுந்தரம்**

மரபுவழி வந்த நடன ஆசான்கள், யார் யார். அவர்கள், நடனக் கலைக்கு ஆற்றியத் தொண்டு பங்களிப்பு முதலியவற்றைத் தம் கள ஆய்வு வாயிலாகச் சேகரித்து , "மரபு வழி பரதப் பேராசான்கள்" என்றத் தலைப்பில் மிகச் சிறந்த ஆய்வு நூல் ஒன்றை இயற்றியுள்ளார் பி.எம்.சுந்தரம் அவர்கள். பெரும்பாலான நடன ஆசான்களுக்கு, அவர்களின் பெயரின் முன்னால் அவர்களின் ஊர் பெயர்கள் அடைமொழியாக அமைந்துள்ளமையை அறிய முடிகிறது. நடன ஆசான்களின் பெயர்களை அவர்தம் காலக்கிரமப்படி, வரிசைப்படுத்தி குறிப்பிட்டுள்ளார். அந்த அளவுக்குத் தகவல்களைப் பெற்றுத் தந்துள்ளார். இவர் தரும் தகவல்கள், மேற்கொண்டு நடன ஆசான்கள் பற்றி ஆய்வு செய்யப் பெருந்துணை செய்யும்,

- **பேராசிரியர் மு. இராமசாமி**

பேராசிரியர் மு. இராமசாமி, "தமிழ்ச் சமுதாயத்தில் கூத்து நாடகம்" என்ற தன் ஆய்வின் வாயிலாகத் தொன்மைக் காலத்தில் நடனத்தையும் நாடகத்தையும் ஒன்றுபடுத்தி, நாடகம் என்று

அழைத்து, இரு கலைகளையும் வளர்த்தன்மையையும் நடனத்தின் சிறப்பு கூறுகளையும் தம் ஆய்வு நூலில் விளக்குகிறார்.

- **சுப்புடு**

சுப்புடு என்பவர், விருப்பு வெறுப்பு இல்லாமல் நடுநிலையாக நடனத்தைப் பற்றித் திறனாய்வு செய்கின்ற ஒரு திறனாய்வாளர், அவரது, 'இசை, நாட்டிய விமர்சனம்' என்ற நூல், நடனத்திறனாய்வுக்கு வழி காட்டியாய், நடனங்களின் அடிப்படைகளை, நுணுக்கங்களை அறிந்து திறனாய்வு செய்வதற்குரிய ஒரு நல்ல ஆய்வு நூலாகத் திகழ்கிறது.

- **பேராசிரியர் ஜான் ஆசிர்வாதம்**

ஜான் ஆசிர்வாதம் என்பவரும் நடனம் தொடர்பான ஆய்வுகளை மேற்கொண்டு வருபவர். அதற்குரிய சான்றாகத் திகழ்வது, அவர் இயற்றிய 'தமிழர் கூத்துகள்'. இந்நூலில் கூத்தின் வகைகள், கூத்தின் சிறப்புகள், தோற்றம் வளர்ச்சி, தொன்மை முதலியவற்றைத் தக்கச்சான்றுகள் வாயிலாக விளக்குகிறார்.

- **பேராசிரியர் வீ.ப.கா. சுந்தரம்**

பேராசிரியர் வீ.ப.கா.சந்தரத்தின் "பழந்தமிழ் இலக்கியத்தில் இசையியல்" எனும் நூல், நடனத்திற்கும் இசைக்குமுள்ள தொடர்புகளை எடுத்துரைக்கும் ஓர் ஆய்வு நூல்.

மேலும், ஞானாம்பிகை தேவியின் 'பழந்தமிழர் ஆடலில் இசை' எனும் நூலும் நடனத்தில் இசை பெறும் பங்கினை வெளிப்படுத்துகிறது.

புரட்சிதாசன் என்பவர் 'நாட்டிய முத்திரைகள்' "பழந்தமிழ் கூத்தே". 'நாட்டிய நன்னூல்', 'பரதநாட்டியம்' எனும் நடனம் தொடர்பான நூற்களை எழுதியுள்ளார். இவை, நடனம், தமிழர்களது ஆடற்கலையே, தொன்மைகாலத்திலிருந்தே தமிழர்களால் போற்றி வளர்க்கப்படும் என்பதைப் பல சான்றுகள் வாயிலாக நிறுவுகிறார்.

- **பிற நாட்டவர் ஈடுபாடு**

தமிழர் ஆடற்கலையால் ஈர்க்கப்பட்டத் தமிழரல்லாதப் பிற மாநிலத்தவரும், பிற நாட்டவரும், நடனம் கற்று, அவரவர் மாநிலங்களிலும் நாடுகளிலும் தாம் கற்ற நடனத்தை அரங்கேற்றி ஆடினர். இவ்வாறு, தமிழர் நடனம் உலகின் பல பகுதிகளில் இன்று ஆடப்படுகிறது. இவ்வாறு, நடனம் கற்றவர்களில் சிலர், நடனத்தின் மீது தாம் கொண்ட ஆர்வத்தாலும், ஈடுபாட்டினாலும்,

நடனம் பற்றி ஆய்வு செய்யவும் முற்பட்டனர். அவர்களில் ஒருவர், நெதர்லாண்டு நாட்டைச் சார்ந்த, இலிஸ்பெத் பங்கஜா பென்னிங் *(Liesbeth Pankaja Bennintk)* என்பவர் ஒருவர். இவர், அமெஸ்டர்டாம், மும்பை, பெங்களூரு ஆகிய இடங்களில் முறையாக நடனம் கற்றார். நடனம் கற்கின்ற காலத்திலேயே அதைப்பற்றி ஆய்வு செய்ய வேண்டும் என்று ஆர்வங்கொண்டார். எனவே, நடனம் பற்றி ஆய்வு செய்வதற்காகவே, தமிழ்நாட்டிற்கு வந்தார். நடனம் பற்றிய நூற்களைக் கற்றும் களப்பணியாகத் தமிழகத்தின் பல இடங்களுக்குச் சென்றும் தகவல்களைச் சேகரித்து ஆய்வு செய்தார். தன் ஆய்வின்போது, 1771 முதல் 1787 வரை தமிழ்நாட்டிலும் இலங்கையிலும் வாழ்ந்த ஜேக்கப் ஹாஃபனர் *(Jacob Haafner)*, என்பவர், தான் இவ்விரு நாடுகளிலும் வாழ்ந்த காலத்தில் பெற்ற அனுபவங்களின் அடிப்படையில் எழுதிய, *Travels in a Palanquin on happenings and various notes made upon a voyage along the coasts orixa and Choromandel* என்ற நூலைப் படித்தார். பிறகு டச்சு மொழியில் இருந்த அந்த நூலை டச்சு மொழியிலிருந்து ஆங்கிலத்திற்கு மொழிபெயர்த்தார். இந்த நூலின் 5-வது இயலில், தமிழ் நாட்டிலுள்ள நடனமாடும் தேவதாசிகளைப் பற்றி, *'The dancers on Devadashis"* எனும் தலைப்பில், தான் நேரடியாக அறிந்தப் பல செய்திகளைக் குறிப்பிடுகிறார். குறிப்பாக, அவர்களின் வாழ்க்கை முறை, சமுதாயத்தில் அவர்கள் நிலை, பழக்கவழக்கங்கள், சடங்குகள், உடை, அணிகலன்கள், நம்பிக்கைகள், நடனத்தில் அவர்களுக்குள்ள ஈடுபாடு, திறன் முதலியவற்றைத் தன் நூலில் ஆவணப்படுத்தியுள்ளார் . இவரது நூல்கள், ஆங்கிலம், செர்மன், பிரஞ்சு, தானிஷ், சுவீடிஸ் ஆகிய மொழிகளில் மொழிபெயர்க்கப்பட்டுள்ளன.

ஜேக்கப் ஹாஃபனர் தமிழ் நாட்டில் தங்கியிருந்தபொழுது, மேபியா எனும் தேவதாசிப் பெண்ணைக் காதலித்தார். பிறகு இருவரும், கப்பல் ஒன்றில் பயணம் செய்யும்பொழுது விபத்துக்குள்ளாகின்றனர். விபத்தின்போது, ஜேக்கப் ஹாஃபனரைக் காப்பாற்ற முயற்சிக்கும் பொழுது அந்தப் பெண் இறந்து விடுகிறாள். பெரும் அதிர்ச்சியும் வேதனையும் அடைந்தவர், தன் நாட்டிற்குத் திரும்பிய பின்னர், தன் நினைவுகளின் வெளிப்பாடாக *"'Reize in eenem planquin"* எனும் நூலை எழுதினார். இது, 1808 இல் வெளியானது. இந்நூல் 1811-இல் பிரஞ்சு மொழியில் மொழிபெயர்க்கப்பட்டது. பின்னர் அந்த நூல், காயட்டானோ கியோஜா *(Gaetano Gioja)* என்பவரால் பாலே *(Ballet)* நடன வடிவம் பெற்றது. அந்த பாலே நடனம் தேவதாசிப் பெண்ணின் துயரமான முடிவைச் சித்தரிப்பதாக அமைக்கப்பட்டது. மேலும், ஜேக்கப் ஹாஃபனரின் சோக வரலாற்றைத் தழுவி, ஜோகன் ஊல்ஃகாங்வோன் கோத்தே *(Johann Wolfgang von Geothe)* என்பவர்,

1797-இல் " Der Gon und Bayadere" எனும் கவிதையை இயற்றினார் (Bayadere - என்ற சொல் தமிழ்நாட்டில் வழங்கப்பட்டத் தேவரடியார் என்ற சொல்லின் மருவுச் சொல்லாகக் கூறப்படுகிறது) அது, பின்னர் பாரிஸ் நகரில் பாலே நடனமாக அரங்கேற்றப்பட்டது.

(தகவல் : www.paulvandervelde.nl / haafner)

மேலும், ஐரோப்பாவில், 1838 முதல் 1839 வரை, தேவதாசி குழுவினர் நடனமாடியுள்ளனர். தில்லம்மாள் (வயது 30) அம்மணி (வயது 19), ரங்கம் (வயது 14). சுந்தரம் (வயது 13) வேதம் (வயது 6) ஆகியவர்கள் நடனமாட, இராமலிங்க முதலி என்னும் நட்டுவனாரும் மத்தளம் வாசிப்பவரும், புல்லாங்குழல் வாசிப்பவரும் சென்றுள்ளனர்.

பிரஞ்சு நாட்டில், தேவதாசிப் பெண்களை மையமாகக் கொண்டு, பாலே நடனங்கள் அமைக்கப்பட்டு ஆடப்பட்டன.

(தகவல் : hpp://www.thiruvendipuram.desikan temple.net)

தமிழர்களின் நடனம், மேலை நாட்டைக் கவர்ந்ததோடு, உலகப் பிரசித்திப்பெற்ற பாலே நடனமாகவும் ஆடப்பட்டச் செய்திகள், ஆய்வாளர்கள் தரும் தகவல்கள் வாயிலாக அறிய முடிகிறது.

இங்கிலாந்து நாட்டில், இலண்டனில் Royal Academy of Dance (RAD) என்று, முக்கியமாகப் பாலே நடனத்தை மையமாகக் கொண்டு நடனத்தை மேம்படுத்தவும், நடனம் கற்றல் முறையிலும், அதைச் செயல்படுத்தும் முறையிலும் புதிய உத்திகளையும் நெறிமுறைகளையும் பாலே நடனம் பற்றிய ஆய்வுகளை மேற்கொண்டு வருகின்றனர்.

அதேபோல், பாலே நடனத்திற்கு அடுத்த நிலையில் உலகளாவிய நிலையில், பன்னாட்டவரும் பயிலும், பங்கேற்கும் ஒரு கவின் கலையாகத் தமிழரின் ஆடற்கலை புகழ் பெற்றுள்ளது. இதற்கும் தரம் வாய்ந்த, உயர் நிலை ஆய்வு அமைப்புகள், நிறுவனங்கள் அமையுமானால் தமிழர் ஆடற்கலையாகிய நடனம் மேலும் வளரும் உயர்வடையும்.

24. முடிவுரை

இயல், இசை, நாடகம் எனும் முத்தமிழிலும் செழுமையுற்றத் தமிழ்மொழி, உலகச் செம்மொழிகளில் ஒன்றாகத் திகழ்கிறது. தமிழர்களின் கவின்கலைகளில் ஒன்றாகிய ஆடற்கலையும், அதன் தொன்மை, தனித்தன்மை, வளமை, சிறப்பு முதலியவற்றால் உலகில் சிறப்பு மிகுந்த கவின்கலைகளுள் ஒன்றாக, இன்று சிறப்பும் செல்வாக்கும் பெற்றுத் திகழ்கிறது.

ஆடற்கலை, தொன்மை காலத்திலேயே, வளமையும் செழுமையும் பெற்றிருந்தமையால், தமிழின் முதல் இலக்கண நூலாகிய தொல்காப்பியத்தில், நடனம் பற்றியப் பல குறிப்புகளும், விளக்கங்களும், இலக்கணமும் இடம்பெற்றுள்ளன. தமிழர்களின் நடனம், கூத்து என்று அழைக்கப்பட்டக் காலக்கட்டதிலேயே அதற்கெனக் 'கூத்த நூல்' எனும் ஓர் இலக்கணம் நூல் எழுதப்பட்டுள்ளது.

சங்க இலக்கியங்கள், நடனம் பற்றி விளக்கமாகவும், குறிப்பாகவும் பல செய்திகளைக் குறிப்பிடுகின்றன. மொழி அல்லது இலக்கியம் தோன்றிய பல்லாண்டுகளுக்குப் பின்னரே, அகராதிகளும் கலைச்சொற்களஞ்சியங்களும் தோன்றும். சங்க இலக்கியங்கள் நடனம் பற்றிக் குறிப்பிடும் கலைச்சொற்கள் (Technical Terms), தமிழர் நடனத்தின் தொன்மையையும் அதன் வளர்ச்சியையும் எடுத்துரைக்கின்றன.

இளங்கோவடிகளால் இயற்றப்பெற்றச் சிலப்பதிகாரம், தமிழர் ஆடற்கலை வரலாற்றில், ஒரு மைல் கல். நடனம் பற்றிய ஒரு கருவூலம்.

ஐரோப்பாவில், மறுமலர்ச்சிக் காலத்திற்குப் (renaissance period) பின்னரே, நடனம் மக்கள் மத்தியில் செல்வாக்குப் பெற்ற ஒரு கலையாக மிளிர்ந்தது. தொடக்க காலத்தில், நடனம் திறந்த வெளியிலே (Open air theatre), அல்லது பொது இடங்களிலோதான் நிகழ்த்துக்கலையாக நிகழ்த்தப்பட்டது. பதினாறாம் நூற்றாண்டிற்குப் பின்னரே, நவீன வசதிகள் உள்ள

நடன அரங்கங்கள் உருவாக்கப்பட்டன. ஆனால், கி.பி.2 ஆம் நூற்றாண்டைச் சார்ந்த, சிலப்பதிகாரத்தில், நடனம் ஆடுவதற்கெனத் தனியாக நடன அரங்கம் இருந்ததாகக் குறிப்பிடப்படுகிறது. அதிலும், அரங்கங்களின் அமைப்பு எவ்வாறு இருக்க வேண்டும், அதன், நீளம், அகலம், நுழைவு வாயில், வெளியே செல்லும் வாயில், இருக்கைகள், தூண்கள், திரைகள், விளக்குகள் போன்றவை பற்றியச் செய்திகள் விரிவாகத் தரப்பட்டுள்ளன. இதிலிருந்து, தமிழரின் ஆடற்கலையாகிய நடனம் எவ்வாறு இளங்கோவடிகள் காலத்திலேயே முழு வளர்ச்சியுடன் திகழ்ந்திருந்தது என்பதை அறிய முடிகிறது.

மேலும், சிலப்பதிகாரக் காப்பியக் கதையில், கோவலன் நடனப் பெண்ணாகிய மாதவியைச் சந்தித்து, அவள் வயப்பட்டு, கண்ணகியைப் பிரிந்து அவளுடன் செல்லுதல் கதையின் திருப்புமுனை. இளங்கோவடிகள், மாதவியை அறிமுகப்படுத்தும் அந்த நிகழ்ச்சியில், மாதவி நடனம் ஆடுவதை மட்டும் சுட்டிக்காட்டிச் சென்றிருக்கலாம். அவளது ஆடல் திறனை மட்டும் குறிப்பிட்டிருக்கலாம். ஆனால், நடனத்தின் மீது விருப்பமும் ஈடுபாடும் கொண்ட இளங்கோவடிகள், மாதவியின் நடனத்தைக் குறிப்பிட வேண்டிய இடத்தில், தமிழர்களின் நடன வரலாற்றை அதன் செழுமையை, அதன் வளர்ச்சியை, அதன் நெறிமுறைகளை, அதன் தனித்தன்மையினை வெளியிட 175 வரிகளுடைய அரங்கேற்றுக்காதை எனும் ஓர் அதிகாரத்தையே படைத்துள்ளார். தன் ஈடுபாட்டிற்கும் மேலாக, நடனக்கலை பெற்றிருந்த வளர்ச்சியையும் சிறப்புகளையும் வெளிப்படுத்தவும் ஆவணப்படுத்தியுள்ளார் எனினும், பொருந்தும். தமிழர்களின் ஆடற்கலையின் வளத்திற்கும் வளர்ச்சிக்கும் தொன்மைக்கும் உரைகல் சிலப்பதிகாரம்.

பிற்காலத்தில், களப்பிரர் ஆட்சிக்காலத்தைத் தவிர, பல்லவர் காலம் முதல் மராட்டியர் காலம் வரையிலும் நடனம் ஆட்சியாளர்களின் ஆதரவு பெற்று வளர்ந்துள்ளது. அதிலும், சோழர்காலத்தில் குறிப்பாகப் பக்தி இயக்கக் காலத்தில், மக்கள் மத்தியிலும் கோயில்களிலும் மிகுந்த செல்வாக்கு பெற்றக் கவின்கலையாக வளர்ந்துள்ளது. சைவ வழிபாட்டில், இறைவன் நடனத்தின் அரசனாக, நடராசனாக விளங்குகிறார். இன்றைக்கும் நடன அரங்குகளில் விதிவிலக்கு இல்லாமல், எல்லா நடன அரங்குகளிலும் நடராசரின் நடனத் தோற்றமுள்ள சிலை,

நடனத்தின் அடையாளமாக, மூலப்பொருளாகக் கருதி வழிபட்ட, பின்னரே நடன நிகழ்ச்சி தொடங்கப்படுகிறது.

சோழர் காலம், நடன வரலாற்றில் ஒரு சிறப்பு மிகுந்த காலம். நாயக்கர், மராட்டியர் காலத்திலும் மன்னர்களின் ஆதரவும், கோயில் பராமரிப்பிலும், விழா நிகழ்ச்சிகளிலும் பங்கும் பெற்று நடனக் கலை வளர்ந்தது.

ஆங்கிலேயர் ஆட்சி காலத்தில், சமூகச் சூழலாலும், கல்வி கற்றவர்களாலும் சதிராட்டம், தாசியாட்டம், சின்ன மேளம் என்று அழைக்கப்பட்ட நடனம், தாசிகள் ஆட்டம் என்று, புறக்கணிக்கப்பட்டமையாலும் கோயில்களில் முன்னைய ஆதரவு இல்லாமல், அடிமைகளாகவும் புறக்கணிக்கப்பட்டச் சமுதாயத்தவர்களாகவும் நடனம் ஆடுபவர்கள் கருதப்பட்டனர். அவர்களை, அச்சூழலிலிருந்து மீட்கச் சமூக ஆர்வலர்களால் தாசிகள் ஒழிப்புச் சட்டம் வந்தது. கோயிலில் நடனமாடியவர் புலம் பெயர்ந்தனர். சமுதாயத்தின் குறிப்பிட்டப் பிரிவினரே கலந்து கொண்ட நிலை மாறி, ஆர்வமும் ஈடுபாடுமுள்ள அனைவரும் கலந்து கொள்ளும் வாய்ப்பு ஏற்பட்டபொழுது, ஆடற்கலை வரலாற்றில் ஒரு புதிய அத்தியாயம் உருவாகியது.

சதிராட்டம், பரத நாட்டியம் என்ற பெயர் பெற்று, கலாசேத்ரா போன்ற கலைக் கூடங்களும் சபாக்களும், தனிநபர் பயிற்சிப் பள்ளிகளும் அரங்குகளும் நடனத்தை வளப்படுத்தி வளர்த்து வருகின்றன.

> தஞ்சாவூர் பால சரசுவதி காலத்தில் நடனமாடுபவர்களே, பாடி ஆடுவர். பின்னால் இப்பொழுது நடனம் ஆடுபவர் பாடுவதில்லை.
>
> அதற்குத் தற்பொழுது சொல்லப்படும் காரணம், ஆடுதல் பாடுதல் என்ற இரண்டிலும் முழுக்கவனம் செலுத்த முடியாமையே என்கின்றனர்.

(தகவல் : குற்றாலம்.மு.செல்வம்)

பன்னாட்டு மாணவர்களும், தமிழ் ஆடற்கலையைக் கற்கவும், தம்தம் நாட்டில் அதைப் பரப்பவும் வாய்ப்புகள் ஏற்பட்டுள்ளன. மேலும், உலக அளவில் பாலே, எவ்வாறு ஒரு பிரபல்யமான, புகழ் பெற்ற, ஒரு நிகழ்த்துக் கலையாக விளங்குகின்றதோ அதைப்போல, தமிழர்களின் ஆடற்கலையாகிய நடனமும் இன்று பாரறிந்த ஒன்றாகத் திகழ்கிறது.

தொடக்கக் காலத்தில், ஆடு மகன், ஆடல்வல்லான் என்று அழைக்கப்பட்டு ஆடவர்களும் நடனம் ஆடுபவர்களாகத் திகழ்ந்தனர் என்பதைச் சங்க இலக்கியங்கள் சுட்டுகின்றன. அதன் பின்னர் உள்ள ஆட்சிக்காலங்களில், ஆடவர் நடனம் ஆடிய நிகழ்ச்சிகள், அரிதாகவே உள்ளன. ஆனால், தற்பொழுது ஆடவர்களும் ஆர்வத்துடன் கற்று நடனம் ஆடுகின்றனர். குறிப்பாக, அயல் நாடுகளிலிருந்து நடனம் கற்க, கலாசேத்ரா போன்ற நிறுவனங்களுக்கு வருபவர்களில் சிலர், ஆடவர்கள். அவர்கள், தத்தம் நாடுகளிலும் நடன நிகழ்ச்சிகளில் கலந்துகொண்டு நடனத்தைப் பரப்புகின்றனர்.

நடனம், செல்வாக்கும் பெற்ற ஒரு கவின் கலையாகப் பல நிலையிலும் வளர்ச்சி பெற்றாலும், பழைய மரபுகளிலிருந்து பிறழ்ந்து, தத்தம் விருப்புக்கேற்ப, அவர்தம் பாணிகளில் கற்பிக்கப்படுகின்றன. புகழ்பெற்ற, பாலே போன்ற நடனங்களின் செல்வாக்கும் தாக்கமும் பெற்றுள்ளன. இருப்பினும், பாரம்பரிய பழைய தமிழ் நடன மரபின்படி, நடனத்தைக் கற்பித்துக் காப்பாற்றியும் வருகின்றனர்.

பிற தாக்கங்களாலும், செல்வாக்காலும், சொந்த விருப்பங்களாலும் மரபுமாறிச் செல்லுவதற்கு அடிப்படைக் காரணம் மரபு வழி நட்டுவனார்களுக்க முக்கியத்துவம் கொடுக்காமையேயாகும். ஆடற்கலையின் அடித்தளமாய்த் திகழ்பவர், ஆடல் ஆசான் என்பதை, இளங்கோவடிகள் சிலப்பதிகார அரங்கேற்றுக் காதையில், காதையின் முதலிலேயே 'இருவகைக் கூத்தின் இலக்கணம் அறிந்து, ஆடற்கு அமைந்த ஆசான்' என்று, குறிப்பிடுகிறார்.

பல தலைமுறையாய், தந்தையின் பின் தனையன் என்று, நட்டுவாங்கத்தைத் தொடர்ந்து, பாரம்பரிய மரபைக் காப்பாற்றிக் கற்பித்து வந்தனர், நட்டுவனார் என்று அழைக்கப்படும் நடன ஆசான்கள். ஆனால், இன்று தான், தனக்குத் தேவையான அளவு நடனத்தைக் கற்று அரங்கேற்றிய மறுநாளிலிருந்தே தானும் ஒரு நட்டுவனராக நடனப்பள்ளிகள் ஆரம்பித்து, நடனம் கற்பித்துக்கொடுக்கின்றனர். எனவே, பண்பட்ட, பக்குவப்பட்ட, பயிற்சியின் அடிப்படையில், நட்டுவனார்களால் கற்பித்துக் கொடுக்கப்பட்ட நடனக் கலை. மரபிழந்து, பாரம்பரியப் பெருமை நெகிழ்ந்து செல்லுகிறது. இத்தகையச் சூழலிலும் பழைய மரபு வழியில் பல தலைமுறையைச் சார்ந்த குற்றாலம். மு.செல்வம்,

தஞ்சை ஹேரம்பநாதன் போன்ற நட்டுவனார்கள், மரபையும் பாரம்பரியத்தையும் காப்பாற்றிக் கற்பித்து வருகின்றனர். எனவே, பயிற்சியும், பக்குவமும்; நடனக் கலை பற்றிய முழுமையான அறிவும் திறனும் பெற்ற நட்டுவனார்கள் மிகவும் அவசியம். அப்பொழுதுதான் தமிழரின் ஆடற்கலை, பாரம்பரிய பெருமையோடு, தமிழ்க்கலையாக மலரும் வளரும்.

அறிவியல் நூற்றாண்டில், உண்மையை நாடுதலும், *(Persuit of truth)* சான்றுகளுடன் நிரூபித்தலும் காலத்தின் கட்டாயம், மக்களும் நம்புவர். தமிழர் ஆடற்கலையான நடனம், தொன்மையானது, பாரம்பரிய பெருமை உடையது, தனித்தன்மை வாய்ந்தது, அது தமிழர்களின் பாரம்பரியச் சொத்து என்பதற்கு, இலக்கியங்களுக்கு அப்பால் ஹரப்பா நடனமாதின் சிற்பம், தாராபுரம் தலைக்கோல் சிற்பம், திருமங்கலத்தில் கிடைத்த வெங்கலச்சிலைகள், மாமல்லபுரத்தின் அடுத்துக் கிடைத்த சிற்பங்கள் திருமையம் கோட்டையிலுள்ள பாறை ஓவியங்கள், சித்தனவாசல் சமண கோயில் ஓவியங்கள் முதலியனவும் சான்று பகர்கின்றன.

□

25. துணைநூல் பட்டியல்

அங்கயற்கண்ணி (2000) - இலக்கியத்தில் இசைக் கூறுகள்
தமிழ்ப்பல்கலைக்கழகம்
தஞ்சாவூர்.

" (2005) - இசையும் பிற நுண் கலைகளும்
தமிழ்ப்பல்கலைக்கழகம்
தஞ்சாவூர்.

" 2012 - இசைக் கலையும் இலக்கியக் கலையும்
கலையகம்
தஞ்சாவூர்.

" (ப.ஆ) (2000) - ஆபிரகாம் பண்டிதர் அறக்கட்டளைச் சொற்பொழிவுகள்
தமிழ்ப்பல்கலைக்கழகம்
தஞ்சாவூர்.

" (1990) - தமிழிசை வளர்ச்சியில்
- குடந்தை ப. சுந்தரேசனின் பங்கு
தமிழ்ப்பல்கலைக்கழகம்
தஞ்சாவூர்.

ஆபிரகாம் பண்டிதர் (1994) (மறுபதிப்பு) - கருணாமிர்த சாகரம்
கீழையியல் ஆய்வு நிறுவனக் கல்வி அறக்கட்டளை
சென்னை.

உடுப்பி இலட்சுமி & நாராயணசாமி (1998) நடனத்தில் புதிய பாதைகள்
சிவரஞ்சினி பப்ளிகேஷன்
சென்னை

இரகுராமன் செ. (2006) - தமிழர் நடன வரலாறு நந்தினி பதிப்பகம் சென்னை.

இராகவன் வே. (1974) - நாட்டியக் கலை கலைமகள் காரியாலயம் சென்னை

" - பரத நாட்டியம் நிகழ்கலை மையம், சென்னை.

இராசமாணிக்கம் .மா (1972) - தமிழகக் கலைகள் நந்தினி பதிப்பகம் சென்னை.

இராசா பா. (2001) - தமிழ் நாட்டிய மரபில் பரத நாட்டியம் பாவேந்தர் பதிப்பகம் சென்னை.

இராமசாமி - துளசி (1990) - தமிழகக் கலைச் செல்வங்கள் உலகத் தமிழ் ஆராய்ச்சி நிறுவனம் சென்னை.

இராமசாமி மு. (2004) - தமிழ்ச்சமூகத்தில் கூத்து நாடகம் தமிழ்ப்பல்கலைக்கழகம் தஞ்சாவூர்.

" (2013) - காலந்தோறும் நாட்டியக் கலை மூன்றாம் பதிப்பு பூபாலசிங்கம் பதிப்பகம் கொழும்பு.

(1984) மறுபதிப்பு	-	இந்திய நாட்டியத்தின் திராவிட மரபு தமிழ்ப்புத்தகாலயம் சென்னை.
கபிலா வாத்ஸ்யாயன் *(2002)*	-	இந்தியல் செவ்வியல் நடனம் பப்ளிகேஷன் டிவிசன் தகவல் மற்றும் ஒலிபரப்பு அச்சகம் புது தில்லி.
கமலா ராணி *(1992)*	-	கலையரசி ருக்மணி தேவி கண்ட கலைக்கோயில் விஞ்ஞானப் பண்பாட்டுக் கழகம், சென்னை.
கமலையா க.சி. *(1998)*	-	தமிழகக் கலை வரலாறு மாணிக்கவாசகர் பதிப்பகம் சென்னை.
கலைக் கோவன் மா. *(1987)*	-	சுவடிழந்த கோயில்கள் பாரி நிலையம் சென்னை.
" *(2013)* (மறுபதிப்பு)	-	சோழர்கால ஆடற்கலை சேகர் பதிப்பகம் சென்னை.
" *(2014)*	-	ஆடல் கலை வரலாறு இராசமாணிக்கனார் வரலாற்று ஆய்வு மையம் திருச்சிராப்பள்ளி
கற்பகம் செ. *(2005)*	-	நாட்டிய நாடகங்களில் பாடலும் ஆடலும் குகன் பதிப்பகம் வடுவூர்

கார்த்திக் கணேசர் (1969)	-	தமிழ் வளர்த்த ஆடல் கலைகள் தமிழ்ப் புத்தகாலயம் சென்னை.
கிட்டப்பா கே.பி. (1994)	-	பரதநாட்டியக் கலை திருமகள் நிலையம் சென்னை.
கிருஷாங்கனி (தொகுப்பு) (2007)	–	தமிழில் பரதநாட்டியப் பாடங்கள் சதுரம் பதிப்பகம் சென்னை.
கோதண்டராமன் பி. (1987)	–	இந்தியக் கலைகள் (NCBH), சென்னை.
கௌரி குப்புசாமி	–	தில்லானா
ஹரிஹரன் (ப.ஆ.) (2001)	–	நர்மதா பதிப்பகம் சென்னை.
சந்திரசேகரன் தி. (1953)	–	பரதசித்தாந்தம் *Madras Government oriental series, Government of Madras, Chennai.*
சண்முக செல்வகணபதி (2004)	–	இந்தியப் பண்பாட்டுத் தூதுவர்கள் தமிழ் நாட்டிய ஆசிரியர்கள் ஐயா நிலையம் தஞ்சாவூர்.
" (2011)	-	தஞ்சை தந்த ஆடற்கலை தஞ்சை பெரிய கோயில் வார வழிபாட்டு மன்றம் தஞ்சாவூர்.

சண்முக வேலு கா. (மறுபதிப்பு) - சிலம்பில் அரங்கேற்றுக் காதையில் இசைப்பகுதிகள், மலர் பதிப்பகம் தஞ்சாவூர்.

சரசுவதி (1994) - பரத நாட்டியக் கலை திருமகள் நிலையம் சென்னை.

சரளா மா. சுப. (1999) - தமிழ் இலக்கியத்தில் நாட்டிய வரலாறு பாரதிதாசன் பல்கலைக்கழகம் திருச்சிராப்பள்ளி.

சாமிநாதய்யர் உ.வே. (ஒன்பதாம் பதிப்பு) (1978) - சிலப்பதிகாரம் மூலமும் உரையும் உ.வே.சாமிநாதய்யர் நூல் நிலையம் சென்னை.

சுபதிலகம், கோட்டாறு (1990) - இசைத் தமிழ்ப் படைத்தத் தமிழன் சுமா வெளியீடு நாகர்கோயில்.

சுத்தானந்த பாரதி, கவியோகி (1963) - சுத்தானந்த நடனாஞ்சலி சுத்தானந்த நூலகம் சென்னை.

சுப்பிரமணியம், புத்தனேரி ரா. (1977) - பாட்டும் கூத்தும் மதுரை காமராசர் பல்கலைக்கழகம் மதுரை.

சுப்புடு (1977) - இசை, நாட்டிய விமர்சனம் கண்மணி கிரியேட்டிவ்ஸ், சென்னை.

சுந்தரம் வீ.ப.கா. (1986) - பழந்தமிழ் இலக்கியத்தில் இசையியல், திருநெல்வேலி தென்னிந்திய சைவச் சித்தாந்த நூற்பதிப்புக் கழகம், சென்னை.

" (2011) - தொல்காப்பியத்தில் இசைக் குறிப்புகள், உலகத்தமிழ் ஆராய்ச்சி நிறுவனம் சென்னை.

" (2006) - தமிழிசைக் கலைக் களஞ்சியம் பாரதிதாசன் பல்கலைக்கழகம் திருச்சிராப்பள்ளி

சிவகாமி வி. (1988) - பரதக் கலை நியூ ஈரா பப்ளிகேஷன் லிமிடெட், இலங்கை, 1988.

சிவதம்பி கா. (2005) - பண்டையத் தமிழ்ச் சமூகம் நியூ செஞ்சுரி புக் ஹவுஸ் சென்னை.

சீனிவாசன் ந. (1995) - தமிழிசைப் பாடல்களும் நாட்டியப் பதங்களும், சரசுவதி மகால் நூலகம். தஞ்சாவூர்.

சீனிவேங்கடசாமி, மயிலை (1967) இறைவன் ஆடிய ஏழுவகைத் தாண்டவங்கள், சாந்தி நூலகம், சென்னை.

ஞானாம்பிகை தேவி (1990) - பழந்தமிழர் ஆடலில் இசை மீரா அச்சகம், புதுக்கோட்டை

" (2005) - தஞ்சை நால்வர் வழி நாட்டிய இசை மரபு தமிழ்ப்பல்கலைக்கழகம் தஞ்சாவூர்.

டேவிட் மேனியல் ராஜ் ஜே. (1973)	- சிலம்பம் அடிமுறைகளும் வரலாறும் தமிழ்ப் புத்தகாலயம் சென்னை.
தண்டபாணி தேசிகர் (1963)	- ஆடவல்லான் திருவாடுதுறை ஆதீனம் திருவாடு துறை
நடராஜ பிள்ளை, பண்டிதர் (1962)	- சிவபெருமான் நடனம் மெய் கண்டான் அச்சகம் கொழும்பு.
நந்திகேசுவரர் (1957)	- அபிநயத்தர்ப்பணம் டெல்லி சங்கீத நாடக அகாடமி உ. வே. சா. நூலகம் சென்னை.
நர்மதா க. (2012)	- தொன்மைச் சதிரும் நவீன பரதமும் போதிவனம், சென்னை.
"	- சிலம்பு தந்த செவ்வியல் கலை போதிவனம், சென்னை.
நாகசாமி இரா. (ஆண்டு குறிப்பிடப்படவில்லை)	- வரலாற்றில் பரத நாட்டியம் நாட்டியாஞ்சலி வெளியீடு சென்னை.
ராமையா பிள்ளை ந. (வடுவூர்) (1987)	- தெய்வீக ஆடற்கலை (பரத நாட்டியம்) கிளாஸிக்கல் பரதநாட்டிய ஆர்ட் சென்டர், சென்னை.
பாலசந்தர் ராஜு ஸ்ரீ.எஸ். (2004)	- நாடக முத்திரைகள் சிவரஞ்ஜினி பப்ளிகேஷன் சென்னை.

" (2006) - சித்திர நர்த்தனம் மற்றும் அலங்கார நாட்டியம் சிவரஞ்ஜினி பப்ளிகேஷன் சென்னை .

பாலா நமச்சிவாயம் (2006) - கற்போம் பரதம் மணிவாசகர் பதிப்பகம் சென்னை.

புரட்சிதான் (1994) - நாட்டிய முத்திரைகள் பாண்டியன் பாசறை சென்னை.

" (1994) - பழந்தமிழ் கூத்தே பரத நாட்டியம் மூவேந்தர் அச்சகம் சென்னை.

" (1994) - பரத நாட்டியம் மூவேந்தர் அச்சகம் சென்னை.

" (1991) - ஏழிசை பாண்டியன் பாசறை சென்னை.

" (2006) – பரத நாட்டியம் மணிவாசகர் பதிப்பகம் சென்னை.

பிள்ளை கே.கே. (1978) - தமிழக வரலாறு - மக்களும் பண்பாடும் தமிழ்நாட்டுப் பாடநூல் நிறுவனம், சென்னை.

பொன்னுசாமிப் பிள்ளை எம். கே. எம். (2002) - பூர்வீகச் சங்கீத உண்மை தமிழ்மதி பதிப்பகம் தஞ்சாவூர்.

பொன்னுசாமிப் பிள்ளை (1949) - இராசா அண்ணாமலை தமிழிசை கருவூலம் அண்ணாமலைப் பல்கலைக்கழகம் சிதம்பரம்.

யோகியார், S.D.S. (1968) (ப.ஆ). - சாத்தனார் அருளிசெய்த கூத்தநூல் தமிழ்நாட்டுச் சங்கீத நாடகச் சங்கம், சென்னை .

மார்க்ஸ் அ. வேலுசாமி பொ. - விளிம்பு நிலை ஆய்வுகளும் தமிழ்க் கதைப் பாடல்களும் நிறப்பிரிகை வெளியீடு கும்பகோணம்.

மிருணாளினி சாராபாய் (ஆங்கிலம்) ஆனந்த ராமச்சந்திரன் (மொ.பெ.) (1962) - நம்நாட்டு நடனங்கள் பாரி நிலையம் சென்னை.

முத்து கிருஷ்ணன் (1974) - தென் இந்தியக் கிராமிய நடனங்கள் சாம்ராஜ் பிரசுரம், சென்னை.

வாரகுண பாண்டியன் ஆ.அ. (2001) (மறுபதிப்பு) - யாழ் நூல் பாணர் கைவழி திருநெல்வேலி தென்னிந்திய சைவசித்தாந்த நூற்பதிப்புக் கழகம், சென்னை.

விபுலானந்த அடிகளார் (2003) மூன்றாம் பதிப்பு - யாழ் நூல் யாதுமாகி பதிப்பகம் திருநெல்வேலி

வெற்றிச் செல்வன் (1986) - இசையியல் மணிவாசகர் பதிப்பகம் சென்னை.

வேங்கடசாமி, மயிலை (2012) - நுண்கலைகள் பாலை பப்ளிகேஷன்ஸ் சென்னை.

வேணுகோபால பிள்ளை மே.வீ. (1968) (பதிப்பாசிரியர்) - சாத்தனார் அருளிய கூத்த நூல் தமிழ்நாட்டுச் சங்கீத நாடகச் சங்கம், சென்னை.

வைத்தியலிங்கம் செ. (2002) - தமிழ்ப்பண்பாட்டு வரலாறு அண்ணாமலைப் பல்கலைக்கழகம் சிதம்பரம்

ஷாஜகான் கனி வெ .மு. (2009) - அரங்கேற்றுக்காதை ஆராய்ச்சி பாவேந்தர் பதிப்பகம் சென்னை.

ஜான் ஆசிர்வாதம் (1985) - தமிழர் கூத்துக்கள் உலகத் தமிழ் ஆராய்ச்சி நிறுவனம், சென்னை.

ஆங்கிலம்

Ausco purpolo (1994) - *Deciphering Indus script Cambridge University Press London.*

Anne - Marie Gaston Theatre (1996) - *Bharata Natyam from Temple Mandhar Publishers and Distribution New Delhi*

Balakrishna Menon (1967) - *Indian classical Dances Rabindra Bharathi University Calcutta.*

Beryl de zoete South (1953) - *The Other mind - A Study of Dance in India Victor Gollanez Ltd., London.*

Douglas M. knight (2011) - *Balasaraswathy Her Art & Life Tranquebar press, Chennai.*

Dubey D.P. (2003) - *Rays and ways of Indian culture, M.D. Publishing Pvt. Ltd., New Delhi.*

Eric Miller (1965) - *Tamil Nadu's Silapathikaram - Epic of Ankle Bracelet, Ancient story and modern identity Columbia University Press, New York.*

அகராதி

Vidya Bhavani Suresh Natyam (2004) - *Comprehensive Dictionary of Bharata Sarada Publications, Chennai.*

இதழ்கள்

Saroja M.K. and Kanak Rete (April 2014) - *'Two doyens of classical Dance' Supri Magazine, Chennai.*

JOURNALS

Mary-A "Bharata Natyam'"
Magazine of Arts
Mary publication, Bombay (1957)

TAMIL

ரோஜா இதழ்
ரோஜா முத்தையா ஆராய்ச்சி நிலையம், சென்னை

கருத்தரங்கு ஆய்வுக் கட்டுரைகள்

"Apparna Keshiah Natyam" (2008) - *"Decoding the Modern Practice of Bharata Dance Conference and Global Feminism, Kollinus University.*

Asco Purpolo (1997) Vol. XXVI - *"Am Encyclopaedia of Indus Script" International Journal of Dravidian Linguistics Nov.1 Jan.*

Nirmala Ramachandran (1966) - *"Classical Dance of Ancient Tamils" First international conference of Tamil studies, Kuala Lumpur Malaysia.*

Padma Subramaniam - *Dance of Tamils - fifth International conference Seminar of Tamil studies, Madurai.*

S. Ramanathan (1959) - *"Music and Dance in Vethamaka Kshasthra" South Indian Natyakala Conference. Dec.27.*

Dr.xavier S. Thaninayagam "Research in Tamil Studies Retrospech and prospect" Chelvanayagam memorial Lecture.

பொது

தமிழ் சரோஜா கோ. *(2009)* "சங்க கால மகளிர் ஆடற்கலை" *Second International Conference Seminar of Tamil studies Madurai.*

ஆங்கிலம்

Indian Dance — *Publication Division Ministry of Information and Broadcasting Government of India. New-Delhi.*

Contribution of South to the Heritage, Publication of India, New-Delhi.

Souvenirs of the 8th, 9th and 10th Indian Institute of Fine Arts, Madras.

South Indian Natya Kala conferences,

Subashini Pathmanathan, Bharata Natyam - a basic study Daily News, Sri Lanka, Jan 8, 2014.

Eric Miller, Tamil Nadu's Cilapathikaram - A self published Booklet, July 1971.

Tamil

1. ஐந்து தமிழிசை நாட்டிய நாடகங்கள், சரசுவதி மகால் நூலகம், தஞ்சாவூர், 1990 - 2nd Edition.)

2. பரதக் கலைச்சித்திரம், ஏசியன் பிரிண்டர்ஸ், சென்னை (1964) ஆண்டுமலர்

வெள்ளி விழா ஆண்டு தமிழிசை விழா மலர் - தமிழ் இசைச் சங்கம், ராஜா முத்தையா மன்றம், மதுரை, (2000),

தமிழ் இலக்கியங்களில் கலைகள் : தமிழய்யா வெளியீடு

நான்காவது அனைத்துலகக் கலை ஆய்வு மாநாட்டில் வெளியிடப்பட்டது (2006).

Manuscripts

சுத்தானந்த பிரகாசம் பரத சாஸ்திரம்
(பாவ - ராக - தாளம்)
Source : A descriptive cataloque of Tamil Manscripts
No.2005, ஓலைச் சுவடி எண் 473
உ.வே.சா. நூலகம்
சென்னை.

இணையத்தளங்கள்

David Courtney - Overview of Indian classical dance
http: // www.chandrakantha.com

Renuka Kumaraswamy - 'The Tamil roots of Bharata Natyam', Ilankai Tamizh Sangam, Oct 8. 2003, Association of Tamils of Sri Lanka in U.S.A.
www.sangam.org/articles/view

South Asia Research and Information Institute Southern Methodist University's Department of Religious studies and Indian Cultural branch

http: / www. & mu.edu/maps/directions.asp
www.Tamil nation.org

Neelakanta Shastri K.A. (1972) - Role of dance sculpture in Tamil Nadu Allied Publishers, Madras.
(1974) Life and culture of Indian People Allied Publishers Madras.

Nirmal Selvamoney (1998) - Persona in Tolkappiyam international institute of Tamil studies, Chennai.

Ragni Devi (1972) - Dance Dialects of India Vikas Publication, New Delhi.
(1953) Dances of India - Susil Gupta (P) Ltd., Culcutta.

Renuga Kumarasamy (2004) - Tamil roots of Bharatha Natyam International Tamil Language Foundation Chicago.

Rukmani Devi (1952)	-	*Dance and Music Theosophical Publishing House, Madras.*
Sampa Murthy P. (1969)	-	*South Indian Music Indian Musical Publishing House, Madras.*
Santhosh Chatterjee (1945)	-	*Devadhasi (Temple Dancer) The Book House, Calcutta.*
Sasika.C.Kersenboom (2011) 3rd Edition	-	*Nityasumangali Motilal Banarsidass Publishers, New Delhi.*
Sivathambi K. (1981)	-	*Drama in Ancient Tamil Soci-ety New Century Book House Pvt. Ltd., Chennai.*
Somasundaram Pillai (1970)	-	*Siva - Nataraja - a comic dance Annamalai University Chidambaram.*
Subramanian T.N. (1957)	-	*South Indian Temple Inscrip-tions Vol.II Part II, Govern-ment oriental Library Madras.*
Sundram Regupathy (1999)	-	*Hand Book on Bharata Natyam Sree Bharatalaya, Chennai.*
Suni Kothari (Ed) (1979)	-	*Bharata Natyam Indian clas-sical Art Mary Publications Bombay*
Vasu deva S. Agrawala - (2002)	-	*The Heritage of Indian Art Publication Division Ministry of Information and Broadcasting New Delhi.*

www.ingramcontent.com/pod-product-compliance
Lightning Source LLC
LaVergne TN
LVHW060130051026
849517LV00007B/2436
* 9 7 8 9 3 9 1 2 6 2 3 7 2 *